ஆண்டாள்

பேரா. ஜெய. குமார பிள்ளை,

M.A., M.Phil.,

முன்னைத் தமிழ்த்துறைத் தலைவர்,
அறிஞர் அண்ணா கல்லூரி,
ஆரல்வாய்மொழி,
கன்னியாகுமரி மாவட்டம்.

சங்கர் பதிப்பகம்

15/21, டீச்சர்ஸ் கில்டு காலனி,
2வது தெரு, இராஜாஜி நகர் விரிவு,
வில்லிவாக்கம், சென்னை – 600 049
தொலைபேசி : 044 – 26502086 / 9444191256
email: shankar_pathippagam@yahoo.com
www.shankarpathippagam.com
www.bookthagam.com

ஆண்டாள் : by பேரா.ஜெய. குமார பிள்ளை

பதிப்பு : 2017

விலை : ₹ 100/–

மொத்தப் பக்கங்கள் : 112

வெளியிட்டோர் : சங்கர் பதிப்பகம்,
15/21, டீச்சர்ஸ் கில்டு காலனி,
2–வது தெரு, இராஜாஜி நகர் விரிவு,
வில்லிவாக்கம்,
சென்னை – 600 049.
தொலைபேசி : 044 –26502086
9444191256

ஒளி அச்சு : M.சுரேஷ், 9884513164

முன் அட்டை : N. ரமேஷ், 9840676513

அச்சிட்டோர் : எம்.கே.கிராபிக்ஸ்,
சென்னை – 600 021.
செல்: 98408 28213

★★★

அணிந்துரை

முனைவர் எஸ். ஸ்ரீகுமார்
பி.எஸ்ஸி., எம்.ஏ., எ.எம்.ஏ., பி.ஜி.டி.ஜே.எம்.சி., பிஎச்.டி.,
தமிழ்த்துறைத் தலைவர் (ப.நி),
ஆய்வுமையம் - தமிழியல் துறை,
தெ. தி. இந்துக் கல்லூரி,
நாகர்கோவில் - 629 002.

இந்திய நாட்டின் பழமையான சமயங்களில் ஒன்று வைணவம். இந்திய நாடு முழுவதும் இச்சமயம் இன்று பரந்து விரிந்து தழைத்து உயிர்த்து நிற்கின்றது என்றாலும், இதன் வேர்கள் தமிழ் மண்ணில்தான் ஊன்றியுள்ளன. தமிழகத்தில் நிலவிய திருமால் நெறி, ஆழ்வார்களின் இனிய தமிழ்ப் பாசுரங்களால் புதுப் பொலிவும், தனிச்சிறப்பும் பெற்றன. பின்னர் தோன்றிய ஆச்சார்யர்களால் அதன் சிறப்பு மேலோங்கியது. அவர்கள் இயற்றிய தத்துவச் செறிவோடு சமய நுண்மாண் நுழைபுலம் மிக்க நூற்களாலும், உரை விளக்கங்களாலும் வைணவச் சமயத் தத்துவங்கள் தெளிவும் செறிவும் பெற்றதோடு, ஈர்ப்புக்கும் உள்ளாகி, அனைவரிடமும் சென்றடைந்தன.

இறைவனும், உயிர்களும், உலகமும் நிலையான பொருள்கள் என்பது வைணவத்தின் அடிப்படைக் கொள்கையாகும். இறைவன் ஒருவனே உண்மைப் பொருள்; மற்றவையெல்லாம் அதன் நிழல்கள் எனக் கூறியது அத்வைதம். இறைவனும் உயிரும் ஒளியும் இருளும் போல் முற்றிலும் ஒன்றிற்கொன்று வேறுபட்டவை என்றது துவைதம். இறைவன் உலகத்தையும், உயிரையும் தனக்கு உடலாகக் கொண்டு ஒருவனாகத் திகழ்கின்றான் என்றது விசிட்டாத்துவைதம். இறைவனை அடைந்து அவனுக்குத் தொண்டு செய்வதே உயிர் பெறும் மேலான பயன், பிறவி எடுத்ததின் பயனும் அதுவேயாகும். அப்படிப்பட்ட இறைவனை அடையக் கர்மயோகம், பக்தியோகம், சரணாகதியோகம் ஆகியன கூறப்பட்டாலும் ஆழ்வார்கள் சரணாகதி நெறியையே மேற்கொண்டனர்.

உயர்குடிப் பிறப்பாளனாகவோ, கல்வியில் மேம்பாடுடையவனாகவோ, சொத்துக்கு அதிபதியாகவோ இருந்தாலும் இறைவனிடம் ஆழ்ந்த நம்பிக்கையற்றவனாக இருப்பானேயானால் அவன் பெற்றதாகக் கருதும் அனைத்தும் அவனை விட்டு அகன்று விடும். இறை பக்தியில் மூழ்கித் திளைப்பவனாக இருந்தால், கடவுளின் சேவகன் என்ற அடக்கவுணர்வுடன் தனது கடமைகளைச் செய்தால், உலகம் எண்ணும் பகுத்தறிவு இல்லாதிருந்தால் அவன் நோயாளியாகவோ அவலட்சணமாகவோ இருந்தாலும், அவன் தாழ்ந்த குடியில் பிறந்திருந்தாலும் எந்த நிலையிலும் அவன் உண்மையான மதிப்பிற்கும், மரியாதைக்கும் உரியவனாவான் என்கின்றது வைணவம்.

சாதுக்களைக் காப்பாற்றவும், தர்மத்தை நிலை நிறுத்தவும் நான் யுகந்தோறும் அவதரிக்கிறேன் என ஸ்ரீகிருஷ்ண பரமாத்மா கீதையில் உறுதி கொடுத்துள்ளார். அவ்வாறே ஆழ்வார்களை அவதரிக்கச் செய்தார். எம்பெருமான் ஆழ்வார்களின் பாடல்களைக் கேட்க விரும்புவதால்தான், திருமாலின் திருக்கோவில்களில் ஆழ்வார்களின் பாசுரங்கள் தினந்தோறும் ஓதப்பட்டு வருகின்றன.

பன்னிரு ஆழ்வார்களுள் ஒரே பெண் ஆழ்வார் ஆண்டாள். ஆழ்வார் என்ற அடைமொழி இல்லாதவர் இவள் மட்டுமே. ஆண்டாளின் திருப்பாவையைக் கோதையின் உபநிடதம் என்கும் வைணவம். சங்ககாலத் தைந்நீராடலின் நீட்சிதான் பாவை நோன்பு. ஆண்டாளின் திருப்பாவை நூல் முழுமையும் தந்து, அதனை மாணிக்கவாசகரின் திருவெம்பாவையுடன் ஒப்பிட்டுக் காணும் பொழுதும், நாச்சியாரின் மழைப் பாட்டுடன் மாணிக்கவாசகரின் மழைப்பாட்டை ஒப்பிடும் பொழுதும், நூலாசிரியர் ஓர் ஒப்பீட்டாளரின் தகுதிகள் அனைத்தும் பெற்று மிளிர்கின்றார். பல ஆண்டுகளுக்கு முன் மார்கழி மாதம் எழுதும் கடிதங்களில் கடிதத் தேதியைக் குறிப்பிடாமல், திருப்பாவைப் பாடலின் முதல் சொற்களை எழுதும் வழக்கம் இருந்ததையும் நூலாசிரியர் ஆவணப்படுத்துகின்றார். ஆழ்வார்களின் காலத்தை வரையறை செய்ய ஆண்டாளின் வெள்ளி எழுந்து வியாழம் உறங்கிற்று வரி உதவுகின்றது என்பதைக் காட்டும் பொழுது நூலாசிரியர் கால ஆராய்ச்சியாளராகப் பொலிகின்றார். எருமை சிறு வீடு மேய்தல், தவத்தவர் திருக்கோயில் சங்கிடுவான் போதல் போன்ற எட்டாம் நூற்றாண்டு வழக்கங்களையும் பேராசிரியர் ஆண்டாள் மூலம் அறியச் செய்கின்றார்.

பெருமானோடு இரண்டறக் கலந்தவர் இருவர். ஒருவர் திருப்பாணாழ்வார், இன்னொருவர் ஆண்டாள். நான்மறையின் செம்பொருள்களை எல்லாம் செந்தமிழில் வழங்கியவரும், “ஐயோ” என்ற சொல்லைக் கம்பர் கையாள அடியெடுத்துக் கொடுத்தவரும், ஆழ்வார்களில் குறைந்த பாடல்கள் பாடியவரும் திருப்பாணாழ்வாரே ஆவார்.

இறைவனைப் பாதாதிகேசமாகச் சேவிக்கும் புது மரபைத் தோற்றுவித்ததோடு அனைத்து உறுப்புக்களையும் பாடும் மரபை ஏற்படுத்தியவர் திருப்பாணாழ்வார். இறைவனைத் துயில் எழுப்பத் திருப்பள்ளி எழுச்சி பாடும் மரபைத் தமிழில் முதலில் தோற்றுவித்தவர் தொண்டரடிப்பொடியாழ்வார். பாவைப் பாடல் என்ற புதிய இலக்கிய வகையைத் திருப்பாவை மூலம் தமிழிற்குத் தந்த பெருமை ஆண்டாளைச் சாரும். அஃறிணைப் பன்மைக்குக் ‘கள்’ விகுதி சேர்த்து எழுதும் பழக்கம் தோன்றியதை ஆண்டாள் பாடலால் அறியலாம். தாண்டகம் என்னும் புதிய யாப்பு வகையையும், மடல் என்னும் சிற்றிலக்கிய வகையையும், மடலேறும் வழக்கம் பெண்டிர்க்கு உண்டு என்பதையும் முதலில் தமிழிற்குத் தந்தவர் திருமங்கையாழ்வார். குலசேகராழ்வாரின் இன்பக் கலவி, தொண்டரடிப்பொடியாழ்வாரின் வாழும் சோம்பர், ஆண்டாளின் நடலை நோய், திருமங்கையாழ்வாரின் தெட்ட பழம் போன்றவை ஆழ்வார்கள் தமிழுக்குத் தந்த புதிய சொல்லாட்சிகளாகும்.

மூத்த பேராசிரியரும், எங்களின் அண்ணாச்சியுமாகிய திரு. ஜெய. குமாரபிள்ளை அவர்களின் வைணவ இலக்கியப் பணி தொடர வாழ்த்துகிறேன்.

நன்றி, வணக்கம்.

சென்னை,
17 . 10 . 2017

அன்புடன்,
எஸ். ஸ்ரீகுமார்

33, சாகர் ரெஸிடென்ஸ்,
மகாத்மா காந்தி நகர்,
புதுப்பட்டினம்,
கல்பாக்கம் - 603 102,
அலைபேசி எண்: 944 321 6018.

★★★

ஆண்டாள்

பன்னிரு ஆழ்வார்களில் ஆண்டாள் மட்டுமே பெண் மகளாவாள். இவளின் தந்தைப் பெரியாழ்வாரும், ஆழ்வார்களுள் ஒருவராகத் திகழ்கின்றார். ஆக, ஆழ்வார்களில் தந்தையும் மகளுமாக விளங்கும் சிறப்புப் பெற்றவர் இவ்விருவர் மட்டுமே ஆவர்.

ஆண்டாள் சிறு பருவத்திலேயே பெரிய ஞானம் பெற்றுத் திகழ்ந்தாள்.

"கேசவ நம்பியைக் கால் பிடிப்பாள்
என்னும் இப்பேறு எனக்கு அருள் கண்டாய்"

- *(0511)*

என்று பெருமானிடம் வேண்டிப் பெற்ற பெருமைக்குரியவள் இவள். இக்கோதை நாச்சியாரின் இலட்சிய வாழ்வையும், இலங்கு சிந்தனைகளையும் காண்போம்.

வரலாறு

சமணம், புத்தம் ஆகிய சமயங்கள் பெண்களுக்கு முக்கியத்துவம் தருவதில்லை. மேலும் அவர்களை இழிவாகவும் கருதின. இக்கருத்தைப் பக்தி இயக்கம் ஏற்றுக் கொள்ளாமல் எதிர்த்தது. அதனால் சைவசமயம் காரைக்கால் அம்மையார், இசைஞானியார், மங்கையர்க்கரசியார் ஆகியோரை நாயன்மார்களாக்கிப் பெருமைபடுத்தியது. மேலும் சிவனே, காரைக்கால் அம்மையாரை 'அம்மையே' என்று அழைக்கும் பேறு பெற்றவராகவும் சைவ சமயம் கூறியது. அதுபோல

வைணவ சமயம் ஆண்டாளை ஆழ்வாராக்கிச் சூடிக் கொடுத்த சுடர்க்கொடியாக அவளைப் புகழ்பெறச் செய்தது.

மிதிலை நகரில் மன்னன் ஜனகன் யாகசாலை அமைக்க நிலத்தை உழும்போது உழுபடைச்சாலில் ஒரு குழந்தையைக் கண்டெடுத்தான். அவளுக்கு மன்னன் சீதை என்று பெயர்ச் சூட்டித் தன் மகளாகவே வளர்த்தான். அதனால் அவள் ஜானகி ஆனாள். இந்தச் சிறப்பு அவன் பெற்ற மகளுக்குக் கூடக் கிடைக்கவில்லை. இதைப் போல் வில்லிபுத்தூரில் பெரியாழ்வார் தன் பூந்தோட்டத்தின் திருத்துழாய்ப் பாத்தியில் ஒரு பெண் குழந்தையைக் கண்டு எடுத்தார். குழந்தைப் பேறில்லா இவர் அக்குழந்தையை ஆசையுடன் எடுத்து வந்து மனைவி விரஜையிடம் கொடுத்தார்.

சீதை ஸ்ரீதேவியின் அவதாரமாகத் தோன்றியது போல், ஆண்டாள் பூதேவியின் அம்சமாகத் தோன்றியதாகக் கூறுகின்றனர்.

இவள் கிடைக்கப் பெற்ற நாள் ஆடி மாதம் பூரம் நட்சத்திரமாகும். இதனை,

"இன்றோ திருவாடிப் பூரம் எமக்காக
அன்றோ இங்கு ஆண்டாள் அவதரித்தாள்"

என்ற ஸ்ரீமணவாள மாமுனிகள் வாக்கால் அறிய முடிகின்றது.

ஆண்டாள் நள வருடம் ஆடி மாதம் சுக்கில சதுர்த்தசியும், செவ்வாய்க் கிழமையும் கூடின பூர நட்சத்திரத்தில் பிறந்தாள் என்று குரு பரம்பரைக் கதைகளும் இதனை உறுதி செய்கின்றன.

பெரியாழ்வார் தன் மகளுக்குக் கோதை என்று பெயர் சூட்டினார். கோதை என்ற சொல்லுக்குப் பூமாலை, கூந்தல், பெண், முத்தாரம் என்றெல்லாம் பொருள்கள் உள்ளன.

கோதா என்பது சாமவேத சாகை ஒன்றின் ஆசிரியையான ஒரு பெண்ணின் பெயராகும். அந்த ஞானப் பெண்மணியின் பெயரை ஆழ்வார் மகளுக்குச் சூட்டியதாகவும் பெரியோர் கூறுகின்றனர்.

பெரியாழ்வார் மதுரை வல்லபதேவ பாண்டிய மன்னனின் ஐயங்களைத் தீர்த்து, வைணவத்தை அங்கு நிலைநிறுத்திப் பெரும் பரிசில் பெற்றுச், சொந்த ஊருக்கு வந்த பின்தான் கோதை அவருக்குக் கிடைக்கப் பெற்றாள் என்பர். ஆழ்வாரின் மாளிகையில் ஆண்டாள் தாய் தந்தையுடன் வாழ்ந்து வந்தாள்.

இவளின் அழகும், கூர்த்த அறிவும் கண்ட வில்லிபுத்தூர் மக்கள் அவளை வியந்து போற்றினர்.

ஆழ்வார் தன் செல்வங்களை எல்லாம் அழகிய பூந் தோட்டம் அமைப்பதிலும், பாகவதர்களை வீட்டிற்கு அழைத்து வந்து சிறப்புச் செய்வதிலும், வில்லிபுத்தூர் கோவிலை மேம்படுத்துவதிலும் செலவு செய்தார்.

பெரியாழ்வார் கண்ணனின் பெருமைகளை உள்ளவாறு உணர்ந்து வழிபடுமாறு மகளுக்கு எப்போதும் கூறுவார். அவரே மகளுக்குப் பஞ்ச சம்ஸ்காரங்களைச் செய்து வைத்தார். தாபம், புண்ட்ரம், நாமம், மந்திரம், யாகம் என்ற ஐந்தும் புறச்சுத்தியாக ஆசாரியன் மூலமாகப் பெறுதலைப் பஞ்ச சம்ஸ்காரம் என்பர். அவரே பரஞானத்தையும் மகளுக்கு அருளினார்.

அவர் பூக்களைக் கட்டும் போதெல்லாம் மகளுக்குக் கண்ணனைப் பற்றிய நிறைய செய்திகளைச் சொன்னார். வீட்டில் பாகவதர்கள் திருமாலின் பெருமைகளை எல்லாம் கதாகாலட்சேபங்கள் மூலம் சொல்லிக்கொண்டே இருந்தார்கள். இவற்றை எல்லாம் பார்த்துப் பார்த்து ஆண்டாள் வளர்ந்தாள். இவளின் கிருஷ்ண பக்தி இப்போது காதலாக மாற ஆரம்பித்தது.

ஆண்டாள் தந்தையையே குருவாகக் கொண்டு வளர்ந்ததால், அவரின் மெய்ம்மைப் பெருவாழ்வே இவளுக்கு வழிகாட்டுவதாகவும் அமைந்தது.

கண்ணனை நேரில் சென்று காண வேண்டும், அவனோடு பேசிப் பழக வேண்டும், அவனைக் கட்டித் தழுவ வேண்டும் என்றெல்லாம் கோதை ஆசைப்பட ஆரம்பித்தாள்.

ஆழ்வார் ஆசிரியராகவும், குருவாகவும் இருந்து தமிழ்க் கல்வியையும், வைணவச் சிந்தனைகளையும் மகளுக்குக் கற்பித்தார். கோதைக்குக் கவி பாடும் ஆற்றல் ஊற்றெடுக்க ஆரம்பித்தது.

பெரியாழ்வார் கண்ணனைப் பிள்ளையாகப் பேணி வளர்த்தார். கோதை அவனைக் காதலனாக நெஞ்சில் வரித்து வாழ ஆரம்பித்தாள்.

மகளின் நிலையைக் கண்டு ஒரு நற்றாய் பேசுவது போல் பெரியாழ்வார் பாடிய ஒரு பாசுரத்தைக் காண்போம்.

"காறை பூணும், கண்ணாடி காணும் தன் கையில் வளை குலுக்கும்;
கூறை உடுக்கும், அயர்க்கும், தன் கொவ்வைச் செவ்வாய் திருத்தும்;
தேறித் தேறி நின்று ஆயிரம் பேர்த் தேவன் திறம் பிதற்றும்;
மாரில் மாமணிவண்ணன் மேல் இவள் மால் உறுகின்றாளே"
- (0293)

இப்பெண் பொற்காறையைத் தன் கழுத்திலே அணிந்து கொள்கின்றாள். தன் கை வளையல்களை அசைக்கின்றாள். ஆடையை அழகாக உடுக்கின்றாள். இப்படித் தான் தயாராக இருந்தும் கண்ணன் வராததால் தளர்ச்சி அடைகின்றாள். பின் தெளிந்து, கொவ்வைக் கனி போன்ற தன் செவ்வாயினை மேலும் சிவப்பாகும்படிச் செய்கின்றாள். தெளிந்து நின்று ஆயிரம் திருநாமங்களை உடைய பெருமானின் தன்மைகளைக் கூறிப் பிதற்றுகின்றாள். இப்படிக் கண்ணனிடம் இவள் பித்தேறி நிற்கின்றாளே என்று பெரியாழ்வார் இப்பாசுரத்தில் கூறுகின்றார். ஆண்டாளின் அப்போதைய நிலையைப் படம் பிடித்துக் காட்டும் பாடலாக இப்பாசுரம் திகழ்கின்றது.

மாயவனை அன்றி மற்றொருவரையும் மணப்பதில்லை என்று ஆண்டாள் சிறுபருவத்திலேயே உறுதி பூண்டு விட்டாள்.

"மானிடவர்க்கு என்று பேச்சுப்படில் வாழகில்லேன் கண்டாய்..."
- (0508)

"கேசவ நம்பியைக் கால் பிடிப்பாள்
என்னும் இப்பேறு எனக்கு அருள் கண்டாய்"

- (0511)

இப்படி எல்லாம் ஆண்டாள் பேசுகின்றாள்.

தந்தையின் கைவண்ணத்தில் உருவான அழகிய மலர் மாலைகளால் இவள் தன்னை அழகுபடுத்தினாள். பெருமானின் பேரழகுக்குத் தன் எழில் ஒத்து வருமா என்று ஒப்பனை செய்து நிலைக்கண்ணாடி முன் நின்று அழகு பார்ப்பது ஆண்டாளின் வழக்கமாக அமைந்தது. தினமும் இப்படிச் செய்து முடித்ததும் மாலைகளைக் கசங்காமல் எடுத்துக் கூடைக்குள் அவள் வைத்து விடுவாள்.

ஒருநாள் இப்படி அழகு தேவதையாக அவள் கண்ணாடி முன் நிற்கும்போது, பெரியாழ்வார் உள்ளே வந்துவிட்டார். பதறிய அவர் மகளைக் கண்டித்தார். வில்லிபுத்தூரானுக்கு மாலை சூட்டும் பணிக்குத் தன் மகளால் இப்படி ஓர் இடையூறு ஏற்படும் என்று அவர் நினைத்துக்கூடப் பார்த்ததில்லை. பதறியும் கதறியும் அவர் வருந்தினார். புதிய பூக்களை இனிமேல் போய்ப் பறித்துவந்து கட்டிக் கோவிலுக்குக் கொண்டு செல்லப் போதிய நேரம் இல்லாததை நினைத்து அவர் கவலைப்பட்டார். இருப்பினும் புது மாலைகளைக் கட்டிக்கொண்டு கோவிலுக்கு அவர் ஓடினார்.

அன்று இரவு வடபெருங்கோவிலுடையான் ஆழ்வாரின் கனவில் தோன்றினான். ஆண்டாள் சூடிக்கொடுத்த மாலையே நறுமணம் மிகுந்து நம் உள்ளத்திற்கு உகப்பாக உள்ளது. அதனால் அந்த மாலைகளே நமக்கு வேண்டும் என்று பெருமான் சொன்னார்.

விழித்துக்கொண்ட அவர் வியந்தார். மகளால் தனக்குப் பெரும் பேறு கிடைத்தமைக்காக ஆழ்வார் அகம் மகிழ்ந்தார்.

மகளிடம் அம்மா நேற்று நீ சூடிக்கொண்டது போல் இன்றும் மாலைகளைச் சூடிக் கண்ணாடி முன் நின்று அழகு பார்த்துத் தா, பெருமானே உத்தரவு வழங்கிவிட்டான் என்று பெருமகிழ்வோடு அவர் கூறினார். எம்பெருமானுக்குச் சூடிக் கொடுத்து, என்னை மட்டுமல்லாது ஆண்டவனையே

ஆண்டுவிட்டாய். அதனால் இன்று முதல் நீ ஆண்டாள் என்று அழைக்கப்படுவாய் என்றார் அவர். அன்று முதல் கோதைப் பிராட்டிச் சூடிக்கொடுத்த சுடர்க்கொடி என்றும், ஆண்டாள் என்றும், சூடிக்கொடுத்த நாச்சியார் என்றும் கொண்டாடப் பெறுகின்றாள்.

ஆண்டாளுக்குக் கண்ணனைப் பற்றி எண்ண எண்ண இனித்தது. கண்ணன் வாழ்ந்த காலத்திற்கு எப்படிச் செல்வது? அவன் மாய விளையாட்டுக்கள் நிகழ்த்திய இடங்களுக்கு எப்படிப் போவது? அவள் சிந்திக்கலானாள். கோதை அவ்விடங்களுக்குப் போகத் தீர்மானித்தாள். இந்த நிலையில் அவளின் கற்பனைச் சக்தி (பாவனா சக்தி) அவளுக்கு உதவியது.

வில்லிபுத்தூர் இப்போது ஆயர்பாடி ஆனது. அங்குள்ள பெண்கள் கோபியர் குலக் கன்னியர் ஆனார்கள். ஆலிலைப் பள்ளியான் (வடபத்ர சாயி) திருக்கோவில் நந்தகோபர் திருமாளிகை ஆனது. வடபெருங்கோவிலுடையான் கண்ணனாக அவளுக்குக் காட்சி தந்தான். இந்த நிலையில் பிறந்ததுதான் ஆண்டாளின் திருப்பாவை என்ற அற்புதமான பிரபந்தம்.

கண்ணபிரானைப் பெறுவதற்காக ஆண்டாள் மார்கழி மாதம் முழுதும் நோன்பு நோற்றாள். கண்ணனின் கலவியை அவள் எதிர்பார்த்துக் கிடைக்காத நிலையில், தன் உணர்வுகளை எல்லாம் கொட்டிக் கூறுவதாக அமைந்ததுதான் நாச்சியார் திருமொழி என்ற இரண்டாவது பிரபந்தமாகும். ஆண்டாளின் காதலின் முறுகிய நிலையை இப்பிரபந்தம் முழுக்கக் காண முடிகின்றது.

இறைவனிடம் உள்ள அன்பின் பெருக்கால், அடியவர் எதைச் செய்தாலும் ஆண்டவன் அதனை உகந்து ஏற்று அருள்வான். அப்படித்தான் ஆண்டாள் சூடிக் கொடுத்த மாலைகளைக் கண்ணன் ஏற்றுக்கொண்டான்.

சைவசமயத்திலும் இதைப் போன்ற நிகழ்ச்சி ஒன்றுள்ளது. கண்ணப்பன் எல்லையில்லா அன்பால் தன் தலைமயிரில் செருகிக் கொண்டுவந்த பூக்களையும், வாயில்

முகந்து கொண்டுவந்த நீரையும், சுவைத்து உமிழ்ந்த இறச்சியையும் சிவபெருமானுக்குப் படைத்தான். சிவன் அவற்றை உகந்து விரும்பி ஏற்றருளினான். இந்த நிகழ்ச்சியைப் பெரியபுராணத்தில் சேக்கிழார் கூறுகின்றார். (கண்ணப்ப நாயனார் புராணம்)

திருவரங்கம், திருவேங்கடம், திருமாலிருஞ்சோலை மலை (அழகர் மலை) ஆகிய புகழ்பெற்ற மூன்று திவ்ய தேசங்களின் வரிசையில், பெரியாழ்வார், ஆண்டாள் ஆகியோரால் திருவில்லிபுத்தூர் சேர்ந்து சிறப்புப்பெற்ற திவ்ய தேசமாக ஆனது.

"கோதை பிறந்த ஊர், கோவிந்தன் வாழும் ஊர்,
சோதி மணிமாடம் தோன்றும் ஊர் - நீதியால்
நல்ல பத்தர் வாழும் ஊர், நான்மறைகள் ஓதும் ஊர்,
வில்லிபுத்தூர் வேதக் கோன் ஊர்."

என்று தேவபிரான் பட்டர் பாடிய பழம் பாடல், வில்லிபுத்தூரைக் கோதை பிறந்த ஊர், கோவிந்தன் நிலைபெற்ற திவ்ய தேசம், வேதக்கோனாகிய பெரியாழ்வார் வாழும் ஊர் என்று புகழ்கின்றது.

திருப்பாவையின் இறுதியில் அமைந்த பயன்கூறும் பாசுரத்தில் ஆண்டாள் தன்னைப் "பட்டர் பிரான் கோதை" *(0503)* என்கின்றாள். நாச்சியார் திருமொழியின் பயன்கூறும் பாசுரத்தில் "விட்டு சித்தன் கோதை" *(0646)* என்று அவள் தன்னைக் கூறுகின்றாள். ஆக, ஆண்டாள் தன்னைப் பெரியாழ்வாரின் மகள் என்று பெருமிதத்துடன் இரண்டு பிரபந்தங்களிலும் சொல்கின்றாள்.

ஆண்டாள் கவிபாடும் ஆற்றல் பெற்றிருந்தமையால், தன் உணர்வுகளையும், பக்தியையும் அழகிய பாடல்களாகப் பதிவு செய்து வைத்துள்ளாள்.

கோதைக்குக் கண்ணனிடம் கோதில்லாப் பக்தி. அதனால் அவள் தந்தையிடம் மாயவனை அன்றி வேறு எவரையும் மணக்க மாட்டேன் என்று பிடிவாதமாகக் கூறினாள். இதனால் ஆழ்வார் செய்வதறியாது மனம் வருந்தினார்.

நூற்றெட்டுத் திருப்பதிகளில் வாழும் எம்பெருமானுள் யாரை மணக்க விரும்புகின்றாய் என்று அவர் மகளிடம் கேட்டார். ஒவ்வொரு பெருமானைப் பற்றியும் அவள் சொல்லச் சொன்னாள். இவர் ஒவ்வொரு திவ்ய தேசப் பெருமானின் பெருமைகளையும் வரிசையாகக் கூறிவந்தார். திருவரங்கனின் பெருமைகளை இவர் சொல்ல ஆரம்பித்ததும், அவள் பெருமளவுக்கு மகிழ்ந்தாள். அழகிய மண வாளனைத்தான் மணப்பேன் என்று முடிவாகக் கூறினாள். அவர் ஒன்றும் செய்ய இயலாது தவித்தார்.

அரங்கன் இவரின் கனவில் தோன்றி, அவளைப் பெரிய கோவிலுக்கு அழைத்து வருமாறும், அவளைத் தான் ஏற்று அருள்வேன் என்றும் கூறினான். அரங்கன் கோவில் பொறுப் பாளர்களின் கனவிலும் இதனைக் கூறி, அவளைப் பல்லக்கில் அழைத்து வருமாறும் அறிவுறுத்தினான். திருவரங்கத்திலிருந்து வில்லிபுத்தூர் வந்த கோவில் பொறுப்பாளர்கள் பெரியாழ்வாரிடம் இதனைக் கூறியதும் அவர் மகிழ்ச்சி அடைந்தார். ஆலிலைப் பள்ளியான் சந்நிதிக்கு இருவரும் சென்று வடபத்ர சாயி பெருமானின் அனுமதியைப் பெற்றுத் திருவரங்கத்திற்குக் கிளம்பினர்.

செய்தியறிந்த பாண்டிய மன்னன் ஆண்டாளை முத்துப் பல்லக்கில் அமரச் செய்து பரிவாரங்களுடன் திருவரங்கம் கூட்டி வரவும் ஆணை இட்டான். திருமண நிகழ்விலும் மன்னன் கலந்துகொண்டான். அவர்கள் திருவரங்கத்தில் வந்து இறங்கிய இடம் மேல அடைய வளைஞ்சான் தெரு என்று அழைக்கப்படுகின்றது.

“சூடிக் கொடுத்த சுடர்க்கொடி வந்தாள்”

“சுரும்பார் குழல் கோதை வந்தாள்”

“திருப்பாவை பாடிய செல்வி வந்தாள்”

“தென்னரங்கம் தொழு தேசியள் வந்தாள்”

என்று வாழ்த்தித், திருவரங்கத்தில் உள்ளோர், அவளைக் கோவிலுக்குள் அழைத்துச் சென்றனர்.

பெரிய பெருமாளின் முன் மண்டபத்தில் மணப்பெண் கோதையை நிறுத்திப், பெருமானைச் சேவிக்கச் செய்தனர். பெருமானின் பேரழகு இரும்பை இழுக்கும் காந்தம் போல அவளை ஈர்த்து இழுத்தது. ஆண்டாள் சிலம்புகள் ஆர்க்க, வளைகள் ஒலிக்க, நாணம் படர திருவரங்கனின் திருவடி வருட, அரவப் படுக்கையை மிதித்தேறிப், பெரிய பெருமானின் திருமேனியில் கலந்து, பெரும் பேறு பெற்றாள்.

இந்தத் தெய்வீகக் காட்சியைப் பெரியாழ்வாரும், பாண்டிய மன்னனும், கோவில் பொறுப்பாளர்களும் கண்ணாரக் கண்டு, வியந்து நின்றார்கள். இவ்வாறு குரு பரம்பரைக் கதைகள் கூறுகின்றன.

"கேசவ நம்பியைக் கால் பிடிப்பாள் என்னும் இப்பேறு
எனக்கு அருள் கண்டாய்"

- (0511)

ஆண்டாள், நாச்சியார் திருமொழியில் வேண்டியதும் இதைத்தானே.

கோதையைப் பலரும் அறியும் வண்ணம் வில்லிபுத்தூரிலே திருமணம் செய்தருள வேண்டும் என்று பெரியாழ்வார் பெருமானிடம் வேண்டினார். ஏற்றுக்கொண்ட அழகிய மணவாளன் பங்குனி உத்திரத்தன்று கருடாழ்வாரின் மீது கோதையுடன் வந்து திருமணம் செய்துகொண்டார். அன்று முதல் ரங்கமன்னார் கோதையுடனும், பெரிய திருவடியுடனும் வில்லிபுத்தூரிலே கோவில் கொண்டு அருளினார்.

ஆண்டாள் திருவரங்கம், ஆய்ப்பாடி, திருக்கண்ணபுரம், திருக்குடந்தை, துவரை, திருப்பாற்கடல், திருமாலிருஞ்சோலை, வடமதுரை, திருவில்லிபுத்தூர், திருவேங்கடம் ஆகிய பத்துத் திவ்ய தேசங்களை மங்களாசாசனம் செய்துள்ளாள்.

அப்புள்ளை என்பவர் கோதையின் முழு வரலாற்றையும் அழகாகவும், சிறப்பாகவும் பதிவுசெய்து வைத்துள்ளார். அப்பழம்பாடலைப் பார்ப்போம்.

"திருவாடிப் பூரத்தில் செகத்துதித்தாள் வாழியே!
திருப்பாவை முப்பதும் செப்பினாள் வாழியே!
பெரியாழ்வார் பெற்றெடுத்த பெண் பிள்ளை வாழியே!
பெரும்பூதூர் மாமுனிக்குப் பின்னானாள் வாழியே!
ஒரு நூற்று நாற்பத்து மூன்று உரைத்தாள் வாழியே!
உயர் அரங்கர்க்கே கண்ணி உகந்தளித்தாள் வாழியே!
மருவாரும் திருமல்லி வளநாடி வாழியே!
வண் புதுவை நகர்க்கோதை மலர்ப்பதங்கள் வாழியே!"

ஆண்டாள் பெருமானோடு இரண்டறக் கலந்து மறைந்ததும் பெரியாழ்வார் பெரிதும் மனம் பதறிக் கதறினார்.

"நல்லது ஓர் தாமரைப் பொய்கை நாண் மலர் மேல் பனி சோர,
அல்லியும் தாதும் உதிர்த்திட்டு அழகழிந்தால் ஒத்ததாலோ!
இல்லம் வெறியோடிற்றாலோ! என் மகளை எங்கும் காணேன்;"

- (0297)

"ஒரு மகள் தன்னை உடையேன், உலகம் நிறைந்த புகழால்
திருமகள் போல் வளர்த்தேன்; செங்கண் மால்தான் கொண்டு போனான்"

- (0300)

இப்பாசுரங்கள் அந்த நிலையில் பெரியாழ்வாரால் பாடப்பட்டவை என்கின்றனர். இப்பாடல்களைப் பெரியாழ்வார் கட்டுரையில் பார்த்தோம்.

ஆண்டாள் அரங்கனோடு கலந்தபின், பெரியாழ்வார் வில்லிபுத்தூருக்குத் திரும்பிவந்து, இறைப்பணியைத் தொடர்ந்து செய்து வந்தார் என்றும் குருபரம்பரை வரலாறு கூறுகின்றது.

தன்காலத்தில் நிகழ்ந்த அற்புதமான நிகழ்வைப் பதிவு செய்யும் போக்கு ஆண்டாளிடம் உள்ளது. இதனை இவளிடம் மட்டுமே காணப்படும் சிறப்பான இயல்பாகக் கொள்ளலாம்.

"வெள்ளி எழுந்து வியாழம் உறங்கிற்று"

- (0486)

என்று கோதைப்பிராட்டித் தன் காலத்து அற்புத நிகழ்வைத்

திருப்பாவையில் சொல்கின்றாள். இதன்மூலம் இவள் வாழ்ந்த காலத்தைத் தெளிவாக அறிந்துகொள்ள முடிகின்றது.

ஆண்டாளை, ஆழ்வார்கள் அனைவரின் திருமகளாக வும் கொள்கின்ற மரபு வைணவத்தில் உள்ளது.

ஆழ்வார் என்ற பட்டம் அடைமொழி இல்லாத ஒரே ஆழ்வார் ஆண்டாள் மட்டுமே ஆவார்.

ஸ்ரீவில்லிபுத்தூரில் ஆண்டாளுக்கு என்றே அமைந்த தனிக் கோவிலில் இவளுக்கே தனிச்சிறப்புத் தரப்படுகின்றது.

திருமால் கோவில்களில் எல்லாம் ஆண்டாள் சந்நிதி என்று தனியாகச் சந்நிதிகள் அமைந்துள்ளன. அரங்கனைக் கைப்பிடித்து நாச்சியாராக – தாயாராக ஆண்டாள் ஆனமை யால் இச்சிறப்பு அவளுக்கு வழங்கப்பட்டுள்ளது. பன்னிரு ஆழ்வார்களில் இவளுக்கு மட்டுமே கிடைத்த தனிப்பெரும் சிறப்பாக இதனைக் கொள்ளலாம்.

தமிழகக் கோவில்களில் பெருமானின் அர்ச்சாவதார மூர்த்தங்களுக்குத் தேர்த்திருவிழாக்கள் நடைபெறுவது வழக்கம். இப்படித் தேர்த்திருவிழாக்கள் மனித உடம்புடன் வாழ்ந்தவர்களில் ஆண்டாள், இராமானுஜர் ஆகிய இருவருக்கு மட்டுமே நடைபெறுகின்றன. இப்பெருமையும் ஆழ்வார்களில் ஆண்டாளுக்கு மட்டுமே கிடைத்துள்ளது.

காலம்

மார்கழி மாதத்தில் மதி நிறைந்த பௌர்ணமியன்று அதிகாலையில் பாவை நோன்புக்குரிய நீராட்டம் நடை பெறுவதாக ஆண்டாள் திருப்பாவையின் முதல் பாசரத்தில் *(0474)* குறிப்பிடுகின்றாள். அதிகாலை வேளையில், விடி வெள்ளியின் உதயத்தைப் பார்த்து, நீராடும் செய்தியையும் அவள் கூறுகின்றாள்.

வெள்ளி எழுந்தது கண்டு விசேசமாக நீராடுவதும், பயணங்கள் ஆரம்பிப்பதும், விரும்பிய வேறு நல்ல செயல்களைச் செய்வதும் தமிழர் வழக்கமாகும். இதற்குப் பண்டைத்தமிழ் இலக்கியங்களில் சான்றுகள் உள்ளன.

ஆனால் ஆண்டாளோ வெள்ளி எழுந்ததை மட்டும் குறிப்பிடாமல்,

“வெள்ளி எழுந்து வியாழம் உறங்கிற்று”

- (0486)

என்று சேர்த்துக் கூறுகின்றாள்.

இதைப் பற்றிப் பேரா. மு. இராகவையங்கார், “ஆழ்வார் கள் காலநிலை” என்ற நூலில் கூறியுள்ள துல்லியமான செய்திகளை அடுத்துக் காண்போம்.

மார்கழி மாதத்துப் பௌர்ணமியில் விடிவதற்கு முன் சுக்கிரோதயம் நிகழ வேண்டும் என்ற நியதியே இல்லை. *(பக் – 95)*

வெள்ளி ஒருபுறம் உதயமாக, மறுபுறம் வியாழம் அஸ்தமித்தது என்று கோதையார் குறிப்பிட்டுக் கூறுவதால், இது இவள் காலத்தில் நிகழ்ந்த ஓர் ‘விசேட சம்பவமே’ என்கிறார் பேராசிரியர். *(பக் – 96)*

இந்த நிகழ்ச்சி நடைபெற்றது எட்டாம் நூற்றாண்டில் ஒரே தடவையாக *731* ஆம் வருஷம் டிசம்பர் மாதம் *18* ஆம் தேதி அதிகாலை *3.50* முதல் *4.00* வரையிலுள்ள மணியில் ஆகும். வெள்ளி எழுவதற்கு *3.50* மணியும், வியாழம் உறங்கு வதற்கு *4.00* மணியும் என்று முறையே கொள்ளவேண்டும் என்றும் பேராசிரியர் கூறுகின்றார். *(பக் – 99)*

716 இல் திருவாடிப் பூரத்தில் அவதரித்த கோதைப் பிராட்டியார் *731* இல் தம் திருப்பாவையை அருளிச் செய்தவராயின், *15* ஆம் பிராயம் அப்போது அவர்க்கு நடைபெற்றது என்பது நன்கு பெறப்படும். *(பக் – 101)*

திருவரங்கச் செல்வரான அழகிய மணவாளன் அப் பிராட்டியை அங்கீகரித்தருளிய காலத்தே *15* திருநட்சத்திரத் துக்கு மேல் நடைபெறவில்லை என்பது நாம் ஒருவாறு அறியக்கூடியதாகின்றது. *(பக் – 101)*

இவ்வாறு ஆண்டாளின் காலத்தைப் பேரா. மு. இராகவையங்கார் அறுதியிட்டுக் கூறுவதால், இவரின் காலம் எட்டாம் நூற்றாண்டு என்று நாமும் கொள்வோம்.

படைப்புகள்

ஆண்டாள் இரண்டு பிரபந்தங்கள் படைத்துள்ளாள்.

திருப்பாவை 30 பாசுரங்களைக் கொண்டு விளங்குகின்றது. இந்தப் பிரபந்தத்தைத்தான் இவள் முதலில் படைத்ததாகக் கூறுகின்றனர். இப்பாசுரங்கள் ஒவ்வொன்றும் எட்டடிக் கொச்சகக் கலிப்பாவாக அமைந்துள்ளன.

நாச்சியார் திருமொழி பப்பத்துப் பாடல்களை உடைய பதினான்கு திருமொழிகள் (பதிகங்கள்) கொண்ட பிரபந்தமாகும். மூன்று திருமொழிகள் மட்டும் 11 பாடல்கள் வீதம் அமைந்துள்ளன. 143 பாசுரங்கள் இந்நூலில் உள்ளன. ஒவ்வொரு திருமொழியும் பாசுரத்தின் முதல் சொற்களின் பெயராலேயே குறிப்பிடப்படுகின்றன.

ஆக, ஆண்டாளின் பாடல்கள் 173 ஆகும்.

இவை கொச்சகக் கலி, அறுசீர் ஆசிரிய விருத்தம், கலி விருத்தம் ஆகிய யாப்பு வகைகளில் அமைந்துள்ளன.

திருப்பாவை

பாவை நோன்பு வரலாற்றையும், ஆண்டாளின் திருப்பாவை நூலின் சிறப்புக்களையும் அடுத்துப் பார்ப்போம்.

பாவை நோன்பு

கலித்தொகை, நற்றிணை, ஐங்குறுநூறு, பரிபாடல் முதலிய பழந்தமிழ் நூற்கள் பாவை நோன்பைத் தைந்நீராடல் என்ற பெயரால் குறிப்பிடுகின்றன.

திருப்பாவையில் ஆண்டாளும், திருவெம்பாவையில் மாணிக்கவாசகரும் கூறும் பாவை நோன்பின் – மார்கழி நீராடலின் பழைய வடிவந்தான் இந்தத் தைந்நீராடல் எனலாம்.

பனி நீராடும் இந்த நோன்பை, ‘அம்பா ஆடல்’ என்று சங்க இலக்கியங்கள் குறிப்பிடுகின்றன. இதனை அம்பாவை ஆடல் எனலாம். கன்னிப் பெண்கள் தாய்மாரின் துணையோடு சென்று நீராடியதாகச் சங்க இலக்கியங்கள் கூறுகின்றன. அம்பா என்பது தேவியைக் குறிப்பிடுவதால் இந்த நீராட்டம் தேவியின் பொருட்டு நிகழ்த்தப்பட்டிருக்க வேண்டும் என்ற கருத்து உள்ளது.

அம்பா ஆடல் என்ற பழைய தைந்நீராடல்தான், திருப்பாவை, திருவெம்பாவை முதலிய நூற்களின் வழி சமய நோன்பாக மாறி இருக்க வேண்டும் என்று கருதுகின்றனர்.

ஐந்து முதல் ஒன்பது வயதிற்குட்பட்ட சிறு பெண் பிள்ளைகள்தாம் இப்பாவை நோன்பை முன்பு நோற்பது வழக்கம்.

நல்ல மழைவளம் நாட்டிற்குக் கிடைக்கவும், மனதிற்கு இயைந்தவன் மணமகனாகக் கன்னியருக்கு அமையவும், செல்வத்தோடு கூடிய வாழ்வு நிலைபெறவும் கன்னிப் பெண்கள் பாவை நோன்பை நோற்றார்கள்.

மணலில் சிறுமியர் மனம்போல் பிடித்து வைத்த பாவைகள் காலப்போக்கில் தெய்வங்களின் பிரதிமைகள் ஆகியிருக்கலாம் என்பர்.

மார்கழித் திங்கள் (மாதம்) பனி நீராடி நோன்பு நோற்ப தால் பாவை நோன்பை மார்கழி நோன்பு என்றும் கூறுகின்றனர்.

முன்பு மார்கழி மாதம், மதி நிறைந்த நல்ல நாளாகிய பௌர்ணமியன்று முடிவு பெற்றது. அதனால்தான் “மார்கழித் திங்கள் மதி நிறைந்த நன்னாளால்” (1/ 0474) என்று ஆண்டாள் திருப்பாவையை ஆரம்பிக்கின்றாள். மறுநாள் தை மாதம் தொடங்கி இன்றைய தை மாதத்துப் பௌர்ணமியோடு இவ்விழா முடிந்தது. இது பூர்ணிமாந்தம் என்ற முறை. இம்முறைப்படி முன்பு மார்கழி நோன்பு பின்பற்றப்பட்டதால், மார்கழிப் பௌர்ணமியில் தொடங்கிய நீராட்ட நோன்பைத் தைந்நீராடல் என்று முன்னோர் வழங்கி வந்தனர். இவ்வாறு அறிஞர் பி. ஸ்ரீ விளக்கம் தருகின்றார். (ஆண்டாள், பக் 136)

ஆண்டாள் தன்னொத்த பல ஆயர்குலச் சிறுமியரை வீடுகள்தோறும் சென்று அழைக்கின்றாள். பாவாய், மாமன்மகளே, அருங்கலமே என்றெல்லாம் அவள் கூறி, அவர்களை எழுப்பிக் கூட்டிச் செல்கின்றாள்.

உயர்ந்த எந்த ஓர் இனிய பொருளையும் தனியாகத் தான் மட்டும் உண்ணக் கூடாது, பலருக்கும் பகிர்ந்து அளித்து உண்ண வேண்டும் என்பதுதான் நல்ல அறநெறியாகும். அதனால்தான் உயர்ந்த பரம்பொருளான கண்ணனைத் தான் மட்டும் அனுபவித்தால் போதாது, எல்லோரும் கண்ணனை அடைந்து பெரும்பேறு பெறவேண்டும் என்ற உயரிய இலட்சியத்தோடு ஆண்டாள் எல்லோரையும் அழைத்துச் செல்வதாகப் பெரியோர்கள் இதற்குக் காரணம் கூறுகின்றார்கள்.

திருப்பாவைக்கு வியாக்கியானம் எழுதிய பெரியவாச்சான் பிள்ளை, வடமொழி பாகவத புராணத்தைப் பாவை நோன்புக்கு ஆதாரமாகக் காட்டவில்லை. மேலும், இந்த நோன்பு அம்பா என்ற உமாதேவியுடன் தொடர்பு உடையது என்றும் அவர் குறிப்பிடவில்லை.

அவர் பாவை என்பதற்கு நோன்பு என்று மட்டுமே பொருள் கொள்கின்றார். எனவே பாவை நோன்பைத் தேவி யுடன் தொடர்புபடுத்துவதற்குத் திருப்பாவை வியாக்கி யானத்திலோ, திருப்பாவை நூலிலோ எந்த ஓர் ஆதாரமும் இல்லை எனலாம்.

இந்த நோன்புக்கு வேதநூல் பிரமாணம் இல்லை என்பதும், முன்னோர் கடைபிடித்துவந்த வழக்கங்களைப் பின்பற்றியே இந்த நோன்பு நடைபெற்று வருகின்றது என்பதும், பெரியவாச்சான் பிள்ளையின் கருத்து ஆகும்.

"மேலையார் செய்வனகள்" *(26/ 0499)* என்ற ஆண்டாளின் வாக்கையே தம் கருத்துக்கு ஆதாரமாகப் பெரியவாச்சான் பிள்ளைக் காண்பிக்கின்றார்.

மார்கழி நீராட்டம் தமிழ் நாட்டின் பழைய வழக்கத்தைத் தழுவியது. அதனால்தான், திருப்பாவைத் தனியனில் உய்யக்கொண்டார் "தொல் பாவை" என்கின்றார்.

ஆற்றங்கரைகளில்தான் மனித நாகரிகங்கள் தோன்றி வளர்ந்தன என்பது வரலாறு. அதனால் மக்கள் குடியிருக்கும் ஊர்களில் குளங்கள் மிகுதியாக இருந்தன. குளங்களிலோ, ஆறுகளிலோ நீராடித்தான் மக்கள் கோவிலுக்குச் சென்று வழிபட்டனர்.

மார்கழி மாதத்துடன் தட்சிணாயனம் முடிவடைந்து, தைமாதம் உத்ராயணம் தொடங்குகின்றது. எனவே பழமை கழிந்து புதுமை தோன்றுவதற்கு மார்கழி நோன்பும், தைப்பொங்கலும் எடுத்துக்காட்டாகத் திகழ்கின்றன.

மாதங்களில் நான் மார்கழி என்று கீதையில் கண்ணன் கூறுகின்றான். அதனால் மார்கழி வைகறை வேளையில் நோன்பு நோற்கும் வழக்கம் ஏற்பட்டது.

இந்தக் குளிர் மாதத்தில் வைகறை வேளையில் பிரம்ம முகூர்த்தத்தில் கோவில்களில் சிறப்பு வழிபாடுகள் நடை பெறுகின்றன. பிற மாதங்களில் இந்த நேரத்தில் கோவில்களில் பூஜைகள் நடைபெறுவதில்லை. இதனால் மாதங்களில் மார்கழியே பீடுடைய மாதமாகக் கருதப்படுகின்றது.

என்றோ துவாபரயுகத்தில் நடந்த கண்ணன் பற்றிய நிகழ்ச்சிகளைக், கலியுகத்தில் பிறந்த ஆண்டாள் கற்பனை செய்துகொண்டு, அவனைப் பெற முயற்சி செய்கின்றாள். கண்ணன் வாழ்ந்த காலத்தில், அவனை அடைந்த ஆயர்குலப் பெண்கள் எப்படி எல்லாம் இருந்தார்கள், என்னென்ன செய்தார்கள் என்றெல்லாம் சிந்தித்து அதன்படி நடந்து ஒருவித பாவனா சக்தியால் ஆண்டாள் அவனைப் பெற முயற்சி செய்கின்றாள்.

அந்தணர் குலத்து ஆண்டாள் தன்னை ஆயர்குலச் சிறுமியாகக் கற்பனை செய்கின்றாள். அவர்களுக்குரிய நடை, உடை, பேச்சு முதலியவற்றை அப்படியே அவள் உள்வாங்கி ஏற்றுக்கொண்டாள். இடையர்குலப் பெண்களைப் போல் தலைமுடியை ஒருபக்கமாகச் சாய்த்து அவள் கொண்டை போட்டுக்கொண்டாள். அவர்களின் மொழியில் ஆண்டாள் பேசினாள். அவர்களுக்குரிய முடைநாற்றமாகிய வெண்ணெய் நாற்றம் தன் உடலில் ஏற்பட பால், தயிர், வெண்ணெய்

முதலியவற்றை அவள் உடம்பில் பூசிக்கொண்டாள். இதனைப் பெரியவாச்சான் பிள்ளை, 'இடைமுடியும், இடைப்பேச்சும், முடைநாற்றமும் ஆயிற்று' என்று கூறுகின்றார்

ஆண்டாளுக்குத் தான் வாழ்ந்த வில்லிபுத்தூரே திருவாய்ப்பாடி ஆயிற்று. அங்குள்ள சிறுமியர்களே கோபிமார் ஆனார்கள். வடபெருங் கோவிலுடையான் திருக்கோவிலே நந்தகோபரின் அரண்மனை ஆனது. திருமாலே கண்ணனாகக் காட்சி அருளினான். இப்படி எல்லாம் மாறிய நிலையில் அவள் திருப்பாவை என்ற ஒப்பற்ற பிரபந்தத்தைப் பாடித் தமிழர் நெஞ்சங்களில் நிலையாக வாழ்கின்றாள்.

"பகவானுக்கு ஆளாகி உறவு பூண்டு, ஒவ்வொருவரும் தமக்கு இசைந்த தொண்டு செய்யுமாறு திருவருள் புரியவேண்டும் என்று இறைவனிடம் கைங்கர்யப் பிரார்த் தனையைச் செய்து கொள்வதுதான் திருப்பாவையின் தேர்ந்த உட்பொருளாகும். இது வைணவச் சமயச்சாரமான தனிப் பெருங் கொள்கை. ஸ்ரீராமானுச தரிசனமாக ஸ்ரீவைணவத்தை உருவாக்கிய மகத்தான சக்திகளில் ஒன்று திருப்பாவை என்று ஊகிப்பது தவறாகாது. இராமானுசர் திருப்பாவையில் விசேடமாக ஈடுபட்டுத் திருப்பாவை சீயர் என்று பேர் பெற்றார்." இவ்வாறு டாக்டர் கே. ஏ. மணவாளன் கூறு கின்றார். *(ஆண்டாள், பக் – 84)*

வைணவத்தைத் தமிழகத்தில் உறுதியாக நிலைநிறுத்திய இராமானுஜர் தம்மைத் "திருப்பாவை ஜீயர்" என்று அழைப்பதையே உகந்து ஏற்றுக்கொண்டார்.

இப்பிரபந்தம் நம்மாழ்வாரின் திருவாய்மொழியைப் போல அளவால் மிகப் பெரியதாகவோ, திருப்பாணாழ்வாரின் அமலனாதிபிரான் பிரபந்தத்தைப் போல மிகச் சின்னதாகவோ அமையாமல், கைக்கடக்கமாக 30 பாசுரங்களுடன் திகழ்வது இந்நூலின் மற்றொரு சிறப்பு ஆகும்.

திருப்பாவைக்குப் பேருரையரசர் பெரியவாச்சான் பிள்ளை முதலிய அறிஞர்களும் பின் வந்த வைணவ ஆசிரியர்களும் நல்ல பல விளக்கங்களைத் தந்துள்ளனர். அவற்றின் வழித் திருப்பாவையைத் துய்ப்போம்.

ஐம்பது ஆண்டுகளுக்கு முன்பு, மார்கழி மாதம் எழுதுகின்ற கடிதங்களில் எல்லாம் கடிதத்தை எழுதுகின்ற தேதியைக் குறிப்பிடாமல், அந்த எண்ணுக்குரிய திருப்பாவைப் பாடலின் முதல் சொற்களை எழுதுவது வைணவர்களிடம் பழக்கமாக இருந்தது. "ஓங்கி உலகளந்த" என்று எழுதி இருந்தால், மார்கழி மாதம் மூன்றாம் நாள் எழுதப்பட்ட கடிதம் என்று அதனைப் பெறுபவர்கள் புரிந்து கொள்வார்கள். இப்போது இப்பழக்கம் வழக்கத்தில் இல்லை.

திருப்பாவையும் திருவெம்பாவையும்

ஆண்டாளின் திருப்பாவையும், மாணிக்கவாசகரின் திருவெம்பாவையும் வேறுவேறு தெய்வச் சார்பு உடையனவாக இருந்தாலும், சில பொதுவான ஒற்றுமைகளுடனும் காணப் படுகின்றன. அவற்றைப் பார்ப்போம்.

திருப்பாவை *30* பாசுரங்களையும், திருவெம்பாவை *20* பாடல்களையும் கொண்டுள்ளன.

திருப்பாவை ஸ்ரீவில்லிபுத்தூரிலும், திருவெம்பாவை திருவண்ணாமலையிலும் இயற்றப்பெற்றன.

இரு நூற்களும் 'எம்பாவாய்' என்றே முடிவு பெறுகின்றன. இதனைப் பாவைப் பாட்டின் மகுடமாகக் கொள்கின்றனர்.

பாவாய் என்று முடிவதால் இவ்விரு நூற்களும் பாவைப் பாட்டு என்றும் அழைக்கப்படுகின்றன.

மேலும் பாவாய் என்று பாடல்தோறும் உள்ளதால், இந்த நோன்பு பாவையருக்கு – பெண்களுக்கு உரியது என்பதையும் உணரலாம்.

ஆண்டாள் பாவை நோன்பைப் பற்றிய பல செய்தி களைத் திருப்பாவையில் கூறுகின்றாள். இப்பிரபந்தத்தின் இரண்டு *(0475)*, மூன்று *(0476)*, பதிமூன்று *(0486)*, இருபத்தாறு *(0499)*, இருபத்தேழு *(0500)* ஆகிய பாசுரங்களில் பாவை நோன்பு பற்றியும், பாவைக் களம் பற்றியும் பல தகவல்கள் உள்ளன. ஆனால் மாணிக்கவாசகர், திருவெம்பாவையில்

நோன்பைப் பற்றிய செய்திகள் ஒன்றையுமே கூறவில்லை. ஒவ்வொரு பாடலின் இறுதியை மட்டும் 'எம்பாவாய்' என்ற மகுடத்தோடு அவர் முடிக்கின்றார்.

ஆண்டாள் 731 இல் திருப்பாவையைப் பாடியதாகக் கூறப்படுகின்றது. இப்பிரபந்தம் பிரபலம் அடைந்த பின்புதான் மாணிக்கவாசகர் பிறந்தார். அவர் திருப்பாவையின் பாசுரங்களைப் படித்து அறிந்திருப்பார். அதனால் அதைப் போன்று பாவை நூல் பாட எண்ணி, திருவெம்பாவையைப் பாடி இருப்பார் என்று கருதலாம்.

ஆக, பாவைப் பாடலைத் தமிழுக்குத் தந்த பெருமை ஆண்டாளையே சேரும்.

ஆண்டாள் முப்பது நாள்களுக்கும் முப்பது பாசுரங்கள் என்ற கணக்கில் பாடியுள்ளாள். மணிவாசகர் இருபது பாடல்கள் மட்டுமே பாடியுள்ளதால், காஞ்சிப் பெரியவர் சங்கராச்சாரியார் அவர்கள் 1935 இல் காளஹஸ்தி கோவிலில் வைத்து, மணிவாசகர் அருளிய திருவெம்பாவையின் இருபது பாடல்களோடு அவரின் திருப்பள்ளி எழுச்சிப் பத்துப்பாடல்களையும் சேர்த்து மார்கழி மாதம் முப்பது நாளும் பாட வேண்டும் என்று அறிவுறுத்தியதாகக் கூறுவார் கள். அதைத்தான் இப்போதும் சைவர்கள் பின்பற்றுகின்றனர்.

"மார்கழித் திங்கள் மதி நிறைந்த நன்னாளால்" (1/ 0474) என்று திருப்பாவை ஆரம்பிக்கின்றது. "போற்றியாம் மார்கழிநீர் ஆடேலோர் எம்பாவாய்" என்று திருவெம்பாவை (20) நிறைவுறுகின்றது.

திருப்பாவை ஆறாம் பாசுரம் முதல் பதினைந்தாம் பாசுரம் முடிய (0479 – 0488) பத்துப் பாசுரங்கள் துயில் எழுப்புவதைக் குறிப்பிடுகின்றன. திருவெம்பாவையில் ஒன்று முதல் எட்டுப் பாடல்கள் துயில் எழுப்புவதைக் காட்டுகின்றன.

பாவை நோன்பின்போது கண்ணனையே கணவனாகப் பெறவேண்டும் என்று ஆண்டாள் வேண்டுகின்றாள். ஆனால் மாணிக்கவாசகர் பாடிய திருவெம்பாவையில் துயில் எழுப்புபவள்,

"எங்கள் பெருமான் உனக்கு ஒன்று உரைப்போம் கேள்,
எம் கொங்கை நின் அன்பர் அல்லார் தோள் சேரற்க"
- (18)

என்று சிவனிடம் வேண்டுகின்றாள். எனவே சிவனடியார்கள் தங்களை மணக்க வேண்டும் என்பதே இவர்களின் வேண்டுதலாக அமைகின்றது. இக்கருத்து இருநூற்களுக்கும் இடையே உள்ள பெரிய வேறுபாட்டை உணர்த்துகின்றது.

திருப்பாவைப் பாசுரங்கள் வைணவ ஆலயங்களில் மார்கழி மாதம் முழுக்க வைகறை வேளைகளில் பாடப் பெறுகின்றன. அதைப்போல் திருவெம்பாவைப் பாடல்களும், திருப்பள்ளி எழுச்சிப் பாடல்களும் சைவ சமயக் கோவில்களில் மார்கழி மாதம் முழுதும் ஓதப்படுகின்றன.

திருப்பாவைப் பாசுரங்கள்

ஆண்டாளின் மிகச்சிறந்த படைப்பாகப் போற்றப்பெறும் திருப்பாவையை உரையுடன் அடுத்துப் பார்ப்போம். பெருமானைச் சேவிக்கச் சேதனர்களுக்குக் காலங்காலமாகப் பயன்பட்டுவரும் திருப்பாவையை அனுபவிப்போம்.

மார்கழி நோன்பு நோற்க நீராட வாருங்கள் என்று ஆய்ப்பாடிக் கன்னிப் பெண்கள் சிலர் பிற பெண்களை அழைத்தல்

"மார்கழித் திங்கள், மதி நிறைந்த நன்னாளால்,
நீராடப் போதுவீர்! போதுமினோ, நேரிழையீர்!
சீர்மல்கும் ஆய்ப்பாடிச் செல்வச் சிறுமீர்காள்!
கூர்வேல் கொடும் தொழிலன், நந்தகோபன் குமரன்,
ஏரார்ந்த கண்ணி யசோதை இளஞ்சிங்கம்,
கார் மேனிச் செங்கண், கதிர் மதியம் போல் முகத்தான்
நாராயணனே நமக்கே பறை தருவான்!
பாரோர் புகழப், படிந்து ஏலோர் எம்பாவாய்"
- (1 / 0474)

செல்வம் செழித்த திருஆய்ப்பாடியில் வாழும் பேறுபெற்றச் சிறு பெண்களே! அழகிய அணிகலன்கள்

அணிந்தவர்களே! மாதங்களில் சிறந்த மார்கழி மாதத்து இந்தப் பௌர்ணமி மங்கல நாளில் நீராட விரும்புபவர்களே வாருங்கள். கூரிய வேல் ஏந்திக் கொடிய தொழில் புரியும் நந்தகோபன் மகனும், எழில் விழியாள் யசோதையின் இளஞ்சிங்கம் போன்றவனும், கருந்திருமேனியையும், செந்தாமரைக் கண்களையும், சூரியனையும், சந்திரனையும் போன்ற திருமுகத்தை உடையவனும் ஆகிய நாராயணன் நமக்கு நோன்புக்கு உரிய தோற்பறையைத் தந்தருள்வான். உலகோர் எல்லாம் கொண்டாடும்படியாக நோன்பிலே ஈடுபடுவோம்.

மார்கழித் திங்கள் மதிநிறைந்த நன்னாள் – மார்கழி மாதத்தில் சுக்லபட்ச பௌர்ணமி என்ற நல்லநாள் வாய்த்திருக் கின்றது; போதுமினோ – வாருங்கள்.

கூர்வேல் கொடுந்தொழிலன் – கூரிய வேலையும், கொடுந்தொழிலையும் உடைய நந்தகோபன். பசும் புல்லும் சாக மிதிக்காத பரமசாதுவான நந்தகோபன் கூர்வேல் கொடுந் தொழிலன் ஆனதற்குக் காரணம், தன் மகன் கண்ணனிடத் துள்ள பேரன்பினாலாகும். எப்போது என்ன ஆபத்து மகனுக்கு வருமோ என்ற அச்சத்தால், தன் கைவேலைக் கூர்மையாக்கித், தன் மகனைப் பாதுகாப்பதில் அக்கறையுடன் திகழ்வதால் இவ்வண்ணம் ஆண்டாள் குறிப்பிடுகின்றாள்.

'ஏரார்ந்த கண்ணி யசோதை' – கண்ணனின் அழகைப் பார்த்துக்கொண்டே இருப்பதால் யசோதையின் கண்களின் அழகு மேலும் மேலும் கூடிவிட்டது. அதனால் அவள் கண்ணழகியாக ஆகிவிட்டாள்.

'நாராயணனே நமக்கே பறை தருவான்' – பாவை நோன்பிற்கு உறுப்பாகிய பறையைக் கண்ணனிடம் வேண்டிப் பெற்று, நோன்பு நோற்போம் என்று ஆயர்குலச் சிறுமியர் கூறுகின்றனர்.

பறை பறை என்று இவர்கள் இப்படிச் சொல்வது வியாஜம்தான் (போலி). உண்மையில் கிருஷ்ண பக்தியாகிய கைங்கர்யமே இவர்களது குறிக்கோள். இக்குறிக்கோளை நிறைவேற்ற வல்லவன் நாராயணனே என்று இவர்கள் நம்புகிறார்கள். எனவே நாராயணனே நமக்கே பறை தருவான்

என்று இவர்கள் கூறுகின்றனர். இவ்வாறு டாக்டர் கே. ஏ. மணவாளன் இதற்கு விளக்கம் சொல்கின்றார். (ஆண்டாள், பக் – *85*)

'பறை' என்ற சொல் இப்பிரபந்தத்தில் *11* இடங்களில் குறிப்பிடப்படுகின்றது. இது பாவை நோன்பிற்குத் தேவையான ஓர் இசைக்கருவி ஆகும்.

"நாராயணனே நமக்கே பறை தருவான்" என்று ஆண்டாள் முதல் பாசுரத்திலேயே பறையைப் பற்றிக் குறிப்பிடுகின்றாள். மேலும் *8, 10, 16, 24, 25, 26, 27, 28. 29, 30* ஆகிய பாடல்களிலும் பறை என்ற சொல்லை இவள் வெவ்வேறு பொருள்களில் பயன்படுத்துகின்றாள். ஆனால் மாணிக்கவாசகர் திருவெம்பாவையில் பறை என்ற சொல்லை எங்குமே பயன்படுத்தவில்லை.

பாவை நோன்பு என்பது ஏதோ காட்டிற்குள் போய்ச் செய்யும் கடுந்தவம் போன்றதல்ல. எளியது, நீராடுவது போன்ற சுகமானது. ஆசை மட்டும் இருந்தால் போதும் நாராய ணனைப் பெறலாம். நாராயணன் பறை தருவான் – பயன் தருவான் என்ற நம்பிக்கை வேண்டும். இவை ஆண்டாள் உணர்த்தும் கருத்துக்களாகும்.

நோன்பு நோற்கின்றவர்கள் தாங்கள் மேற்கொண்டுள்ள நியமங்களைச் சொல்கின்றார்கள்

"வையத்து வாழ்வீர்காள்! நாமும் நம் பாவைக்குச்
செய்யும் கிரிசைகள் கேளீரோ! பாற்கடலுள்
பையத் துயின்ற பரமன், அடி பாடி,
நெய் உண்ணோம், பால் உண்ணோம்; நாட்காலே நீராடி,
மையிட்டு எழுதோம்; மலர் இட்டு நாம் முடியோம்;
செய்யாதன செய்யோம்; தீக்குறளைச் சென்று ஓதோம்;
ஐயமும் பிச்சையும், ஆம்தனையும் கை காட்டி,
உய்யுமாறு எண்ணி, உகந்து - ஏலோர் எம்பாவாய்"

- (2 / 0475)

இவ்வுலகில் வாழும் பேறு பெற்றவர்களே! நாமும் நம்முடைய பாவை நோன்புக்காகச் செய்யப் போகின்ற

கிரியைகளைக் (பணிகளை) கேளுங்கள். திருப்பாற்கடலில் அறிதுயில் கொள்ளும் பரந்தாமனின் திருவடிகளைப் போற்றித் துதிப்போம்; விடியற்காலையிலே நீராடுவோம்; நெய்யும் பாலும் உட்கொள்ள மாட்டோம்; கண்களுக்கு மை இடமாட்டோம்; கூந்தலில் பூச் சூட்டமாட்டோம்; முன்னோர் செய்யாதவற்றைச் செய்ய மாட்டோம்; எவரிடமும் கோள் சொல்ல மாட்டோம்; யோகிகளுக்கும் தவசிகளுக்கும் நாமாகச் சென்று தர்மம் செய்வோம். வீடு தேடிவரும் சந்நியாசிகளுக்கும், பிரம்மச்சாரிகளுக்கும் இயன்ற அளவு பிச்சை அளிப்போம். இவை யாவும் விருப்பத்துடன் செய்து நாம் கடைத்தேறும் வழியை எண்ணி மகிழ்வோம்.

ஐயம் – தகுதி வாய்ந்தவர்களுக்கு உரிய வேளையில் வேண்டுமளவுக்கு உதவுதல்.

கை எவ்வளவு கொடுத்து விட்டாலும் நாம் என்ன கொடுத்து விட்டோம் என்று நெஞ்சு நினைக்க வேண்டும். இதனைக் 'கை காட்டி' என்ற சொற்றொடரால் ஆண்டாள் உணர்த்துகின்றாள் என்பர்.

"பரமன் அடி பாடி" என்று இப்பாசுரத்தில் (2/ 0475) ஆரம்பித்து, "பொற்றாமரை அடியே போற்றும் பொருள் கேளாய்" (29/ 0502) என்று ஆண்டாள் நிறைவு செய்கின்றாள். திருமாலின் திருவடிகளைப் பாடுவதுதான் நோன்பின் இலட்சியம் என்பதை இவள் இவ்வண்ணம் உணர்த்து கின்றாள்.

இவர்கள் மேற்கொள்ளும் நியமங்களில் பற்றும் கிரியைகள் (ப்ரவ்ருத்தி) மூன்று. 1. பரமன் அடி பாடுதல், 2. காலை நீராடுதல், 3. ஐயமும் பிச்சையும் கை காட்டுதல்.

விடும் கிரியைகள் (நிவ்ருத்தி) நான்கு. 1. நெய், பால் உண்ணாமை, 2. மையாலும் மலராலும் அழகு செய்யாமை, 3. செய்யாதன செய்யாமை, 4. கோள் சொல்லாமை.

ஓர் இலட்சியத்தை – குறிக்கோளை அடைய விரும்புகிற வர்கள் தங்களுக்குள் சில கட்டுப்பாடுகளை விதித்துக்கொண்டு செயல்படுவது தங்களின் இலக்கை விரைவில் சென்றடைய

வழிவகுக்கும். அப்படித்தான் ஆண்டாள் சில நியமங்களை வகுத்துக் கொண்டு செயல்படுகின்றாள்.

நோன்பு நோற்றால் நாடு செழிக்கும்

“ஓங்கி உலகளந்த உத்தமன் பேர் பாடி,
நாங்கள் நம் பாவைக்குச் சாற்றி, நீர் ஆடினால்,
தீங்கு இன்றி நாடு எல்லாம், திங்கள் மும்மாரி பெய்து,
ஓங்கு பெரும் செந்நெல் ஊடு கயல் உகளப்,
பூங்குவளைப் போதில் பொறிவண்டு கண் படுப்பத்,
தேங்காதே புக்கு இருந்து, சீர்த்த முலை பற்றி
வாங்கக் குடம் நிறைக்கும் வள்ளல் பெரும் பசுக்கள்,
நீங்காத செல்வம் நிறைந்து - ஏலோர் எம்பாவாய்”

- (3 / 0476)

மார்கழி நோன்பினால் நாட்டுக்கு விளையும் நன்மைகளை இப்பாசுரம் குறிப்பிடுகின்றது.

வாமனாவதாரத்தில் திரிவிக்கிரமனாக ஓங்கி வளர்ந்து மூன்று உலகங்களையும் தன் திருவடிகளால் அளந்த உத்தமனான திருமாலின் திருப்பெயர்களை அன்புடன் பாடிப், பாவை நோன்பிற்காக நாம் நீராடினால், அதன் பயனாக நாடு முழுவதும் ஒரு தீங்கும் இல்லாது மாதம் மூன்று மழை பொழியும். செந்நெல் ஓங்கிப் பருத்து வளரும். அப்பயிர்களின் நெருக்க மிகுதியினால் கயல் மீன்கள் துள்ளிக் குதித்துப் பாயும். அழகிய குவளை மலர்களில் அம்சிறை வண்டுகள் இனிது உறங்கும். வள்ளல் தன்மையுடைய பெரிய பசுக்கள் கறக்கும்வரை நிரம்பப் பால் சொரிந்து குடங்களை நிரப்பும். குறையாத செல்வம் எங்கும் நிறைந்து விளங்கும்.

ஓங்கி உலகளந்த உத்தமனையே பயனாகக் கொண்டு, வேறு பயன் ஒன்றையும் கருதாமல் மார்கழி நோன்பு நோற்க வேண்டும். அப்படி நோற்றால், கண்ணனை அடைய வேண்டும் என்ற தங்களின் நோக்கம் நிறைவேறுவதுடன், நாடு செழித்து நீர் வளம், நெல் வளம், பால் வளம் ஆகிய வளங்கள் எல்லாம் பெருகும் என்று ஆண்டாள் குறிப்பிடுகின்றாள்.

இப்பாட்டில் வாமனாவதாரச் சிறப்பும், உலகளந்த பெருமானின் மாண்பும் பேசப்படுகின்றன.

நாராயணனின் திருப்பேர் பாடிப், பனி நீராட ஆய்ப்பாடிப் பெண்களை இவள் அழைக்கின்றாள்.

கன்னியரின் மழைப்பாட்டு

"ஆழி மழைக் கண்ணா! ஒன்றும் நீ கை கரவேல்;
ஆழியுள் புக்கு முகந்துகொடு ஆர்த்து ஏறி,
ஊழி முதல்வன் உருவம் போல், மெய் கறுத்துப்,
பாழியம் தோளுடைப் பற்பநாபன் கையில்
ஆழி போல் மின்னி, வலம்புரி போல் நின்று அதிர்ந்து,
தாழாதே, சார்ங்கம் உதைத்த சரமழை போல்
வாழ உலகினில் பெய்திடாய்! நாங்களும்
மார்கழி நீராட, மகிழ்ந்து - ஏலோர் எம்பாவாய்!"

- (4 / 0477)

மழையே! உலகம் வாழ, நாங்கள் மகிழ்ந்து மார்கழி நீராடப் பெய்வாயாக என்று பெண்பிள்ளைகள் மழைக் கடவுளுக்குக் கூறுகின்றார்கள்.

கடல்போல் கம்பீரமான மழைக்கடவுளே! (வருண பகவானே) நீ ஒரு சிறிதும் ஒளிக்காமல், கடலின் ஆழத்திற்குச் சென்று, நீரை முகந்து வந்து வானவெளியில் பரவவேண்டும். ஊழிக்காலத்திலும் மாசற்று விளங்கும் திருமாலின் கருநிற மேனியைப் போல் விளங்கிப், பெருமையும் எழிலும் வலிமையும் உள்ள பத்மநாபனின் வலக்கரத்தில் திகழும் சக்கராயுதத்தைப் போல் மின்னல் ஒளிவிட்டுப், பெருமானின் இடக்கையிலுள்ள வலம்புரிச் சங்கைப் போல் இடி முழங்கி, அவன் திருக்கையிலுள்ள சார்ங்கம் என்னும் வில்லிலிருந்து பாயும் அம்பு மழை போல் தாமதமின்றி மழையைக் கொட்ட வேண்டும். அதனால் உலகம் உய்யவும், நாங்கள் நீராடவும் செய்து மகிழ்விப்பாய்.

இவர்கள் மழைக்கடவுளை வேண்டவில்லை, அவனுக்குக் கட்டளை இடுகின்றார்கள். பக்தர்களுக்குப் பணிசெய்யத் தெய்வங்கள் காத்திருக்குமாம், அதனால் இவர்கள்

மழைக்கடவுளுக்கு நியமனம் (கட்டளை) இடுகின்றார்கள் என்று பழைய உரையாசிரியர் கூறுகின்றார்.

மேகமானது, கண்ணனின் கரிய திருமேனியைப் போல் கறுத்து அழகு பெறவேண்டும். பத்மநாபனின் சக்கராயுதத்தைப் போல் மின்னல் மின்ன வேண்டும். அவன் இடக்கையிலுள்ள வலம்புரிச் சங்கைப் போல் இடிமுழக்கம் செய்ய வேண்டும். அவன் கையிலுள்ள சார்ங்கம் என்ற ஒப்பற்ற வில்லிலிருந்து வேகமாகப் பாயும் அம்பைப் போல் மழையைப் பொழிய வேண்டும். இவ்வாறு ஆய்ச்சிறுமியர் அழகாகக் கூறுகின்றனர்.

இதைப் போன்ற மழைப்பாட்டைத் திருவெம்பாவையில் மாணிக்கவாசகரும் பாடி உள்ளார். அதனைக் காண்போம்.

"முன்னிக் கடலைச் சுருக்கி எழுந்து, உடையாள்
என்னத் திகழ்ந்து, எம்மை ஆளுடையாள் இட்டிடையின்
மின்னிப் பொலிந்து எம் பிராட்டி திருவடிமேல்
பொன்னஞ் சிலம்பின் சிலம்பித், திருப்புருவம்
என்னச் சிலை குலவி, நம் தம்மை ஆளுடையாள்
தன்னிற் பிரிவிலா எங்கோமான் அன்பர்க்கு
முன்னி அவள் நமக்கு முன்சுரக்கும் இன்னருளே
என்னப் பொழியாய் மழை, ஏலோர் எம்பாவாய்"

- (16 / 170)

மேகமே! கார்காலத்திற்கு முன்னே இந்தக் கடலைக் குடித்து அதனை நீர் குறையச் செய்து, மேல்வானில் எழுந்து எம்மை உடையாளாகிய உமையம்மையின் திருமேனி போல் நீல நிறத்தோடு விளங்கி, அவளது சிற்றிடையைப் போல் மின்னல் விடுத்து விளங்கி, எங்கள் பெருமாட்டித் திருப்பாதங்களின் மேலுள்ள அழகிய பொன்சிலம்பு போல் முழங்கி, அவளது திருப்புருவம் போல் வானவில் வீசி, அம்மையைவிட்டு நீங்கப் பெறாத எம் வேந்தனாகிய சிவபெருமான் பிறரினும் முற்பட்டும், அவன் அடியவர்களுக்கும், அம்மை (அவள் அடியாராகிய) நமக்கும், முந்திப் பொழிகின்ற இனிய அருள் போல் நீரினைப் பெய்வாயாக. இவ்வாறு மாணிக்கவாசகர் பாடுகின்றார்.

ஆண்டாள் திருமாலின் சக்கராயுதத்தை மின்னலுக்கு உவமையாகக் கூறுகின்றாள். மணிவாசகர் தேவியின் இடையை மின்னலுக்கு உவமையாகக் கூறுகின்றார்.

தொழுது பாடிச் சிந்தித்தால் பிழைகள் அழியும்

"மாயனை, மன்னு வடமதுரை மைந்தனைத்,
தூய பெருநீர் யமுனைத் துறைவனை,
ஆயர் குலத்தினில் தோன்றும், அணி விளக்கைத்,
தாயைக் குடல் விளக்கம் செய்த தாமோதரனைத்
தூயோமாய் வந்து, நாம் தூமலர்த் தூவித் தொழுது,
வாயினால் பாடி, மனத்தினால் சிந்திக்க,
போய பிழையும், புகுதருவான் நின்றனவும்
தீயினில் தூசாகும்; செப்பு - ஏலோர் எம்பாவாய்."

- (5 / 0478)

பகவத் நாம சங்கீர்த்தனத்தில் இன்புற்று, நம்பிக்கையுடன் ஈடுபடவேண்டும். இப்படி வாழ்ந்தால் ஏற்கனவே செய்த பாவங்களும் (பிழைகளும்), இனி அறியாமல் நேரிடத்தக்க பாவங்களும் தீயினில் பஞ்சு போல் மாய்ந்து போகும். இவ்வாறு ஆண்டாள் கூறுகின்றாள்.

மாயச் செய்கைகளை உடைய கண்ணனை, வடமதுரையில் அவதரித்த வலியோனைத், தூய யமுனை ஆறறுக்கு உரியவனை, ஆயர்குலத்தில் பிறந்த தீப மங்கலச்சுடரைத், தன் பிறப்பால் தாயின் வயிற்றுக்குப் புகழ்தேடித் தந்தவனைத், தாமோதரனை, நாம் அகம் புறம் தூயவராகி வணங்குவோம். திருவடிகளில் தூய மலர்களைத் தூவி, வாயால் அவன் புகழைப் பாடி, மனத்தால் அவனைச் சிந்திப்போமானால், இதுவரையில் சேர்ந்த பாவங்களும், இனி அறியாமையால் நேரிடத்தக்க பாவங்களும், நெருப்பில் இட்ட பஞ்சு போல் மாய்ந்து போகும். ஆகையால் அவன் திருப்பெயர்களைச் சொல்வோம்.

வாயினால் பாடி, மனத்தினால் சிந்திக்க – பெருமானை மனத்தால் நினைத்து வாயால் பாடி, உடலால் வணங்க வேண்டும். ஆனால் ஆண்டாள் வாயால் பாடுவதை முதலில் சொல்லி, மனத்தால் சிந்திப்பதை இரண்டாவதாகக்

கூறுகின்றாள். ஏன்? கண்ணனைக் கண்ட மகிழ்ச்சியில் நான் நீ என்று மனமும் வாயும் போட்டி போட்டதால் முறை மாறுகின்றது என்று பழைய உரையாசிரியர் கூறுகின்றார்.

தாமோதரன் – யசோதைத் தாய் கட்டியக் கயிற்றுத் தழும்பை வயிற்றில் உடையவன் என்பது பொருளாகும். பெருமானின் எளிமையின் அடையாளம் இது. அத்தனை ஆழ்வார்களும் அனுபவித்த தாமோதர வைபவத்தை ஆண்டாளும் அனுபவிக்கின்றாள்.

கண்ணனைத் "தூயபெருநீர் யமுனைத் துறைவன்" என்று ஆண்டாள் குறிப்பிடுகின்றாள். வாசுதேவர் கண்ணன் பிறந்ததும் அவனைக் கூடையில் சுமந்தவாறு நந்தகோபன் இல்லத்திற்குச் சென்றபோது பெருக்கெடுத்தோடிய யமுனை அவர்களுக்கு வழி விட்டதால் அந்த நன்றியுடன் ஆண்டாள் இவ்வண்ணம் கூறுகின்றாள்.

செப்பு – ஒரு பெண்ணை முன்னிலைப்படுத்திப் பேசுவது போல் பாசுரம் அமைக்கப்பட்டுள்ளது.

ஒரு பெண்ணுக்கு ஐயம் ஒன்று தோன்றுகின்றது. நாம் அறியாமல் செய்திருக்கும் பாவங்களால் நம்முடைய இந்த முயற்சிக்கு ஏதேனும் இடையூறு வருமோ என்ற சந்தேகம் தோன்றி, அதனைக் கேட்கின்றாள். அதற்கு விடையாக இப்பாசுரம் அமைந்துள்ளது. நாம் மனம் ஒன்றி நாம சங்கீர்த் தனம் செய்தால், இதுவரை நம்மைச் சேர்ந்த பாவங்களும், இனி நேரிடத்தக்க பாவங்களும் தீயினில் தூசாக அழிந்துவிடும். அதனால் பெருமானின் நாம சங்கீர்த்தனம் நமக்குப் பாதுகாப்பைத் தரும் என்று ஆண்டாள் கூறுகின்றாள்.

"தூயோமாய் வந்து, நாம் தூமலர்த்தூவித் தொழுது
வாயினால் பாடி, மனத்தினால் சிந்திக்க...."

எம்பெருமானை எவ்வாறு வழிபட வேண்டும் என்று இப்பாசுரத்தின்வழி ஆண்டாள் நமக்கு உணர்த்துகின்றாள்.

திருப்பள்ளி எழுச்சிப் பாசுரம் - 1

"புள்ளும் சிலம்பின காண்; புள்ளரையன் கோயிலில்
வெள்ளை விளி சங்கின் பேர்அரவம் கேட்டிலையோ?
பிள்ளாய்! எழுந்திராய், பேய் முலை நஞ்சுண்டு
கள்ளச் சகடம், கலக்கு அழியக் கால் ஓச்சி,
வெள்ளத்து அரவில் துயில் அமர்ந்த வித்தினை,
உள்ளத்துக் கொண்டு முனிவர்களும், யோகிகளும்
மெள்ள எழுந்து, 'அரி' என்ற பேர் அரவம்
உள்ளம் புகுந்து, குளிர்ந்து - ஏலோர் எம்பாவாய்."

- (6 / 0479)

இந்த ஆறாம் பாசுரம் (0479) முதல், பதினைந்தாம் பாசுரம் (0488) வரை கண் விழிக்காதவர்களை, விடியற் காலையிலேயே எழுந்த பெண்கள் எழுப்புகின்றார்கள்

இப்பத்துப் பாசுரங்களையும் திருப்பாவையின் திருப்பள்ளி எழுச்சிப் பாடல்கள் என்றும் கூறுகின்றனர்.

பெண்ணே எழுந்திராய்! பொழுது விடிந்து பறவைகளும் துயில் நீத்துக் கூவுகின்றன. பறவைகளின் தலைவனான கருடாழ்வானை நடத்தும், எம்பெருமானின் திருக்கோவிலிலே, அனைவரையும் திருப்பள்ளி எழுச்சிக்கு வருமாறு அழைக்கும் வெண்சங்கின் பேரொலியை நீ கேட்கவில்லையோ? பூதகியின் நச்சுப்பாலை உண்டவன்; திருப்பாற்கடலில் ஆதிசேடன் மேல் அறிதுயில் கொண்டவன் பெருமான். இப்பெருமைமிகு திருமாலை முனிவர்களும் தவத்தோரும் தங்கள் உள்ளத்தில் கொண்டு, அரி அரி என்று பலமுறை சொல்லும் பேரொலி எங்களின் உள்ளங்களில் குளிர ஒலித்தது. சிறு பெண்ணே! துயில் உணர்ந்து எழுவாயாக.

திருவாய்ப்பாடிப் பெண்களில் சிலர் விடியற்காலை யிலேயே எழுந்து, உறங்கிக் கொண்டிருக்கும் மற்ற பெண்களின் வாசல்களுக்குச் சென்று, பொழுது விடிந்ததற்கான அடையாளங்களை எடுத்துச் சொல்லி, எழுப்புவதாக இப்பத்துத் திருப்பள்ளி எழுச்சிப் பாடல்களும் அமைந்து விளங்குகின்றன. இவற்றில் விடியற்காலை வருணனைகளும், பல்வேறு ஒலிகளும் கவிச்சுவையுடன் காட்டப்படுகின்றன –

விளக்கப்படுகின்றன. மேலும் வினாவிடை பாணியிலும் இவை அமைந்துள்ளன.

புள்ளரையன் – பறவைகளுக்கெல்லாம் தலைவனான கருடன்; புள்ளரையன் கோயில் – கருடனுக்குத் தலைவனாகிய பெருமானின் கோவில்; மனிதப்பிறவி எடுத்த இராமன் அயோத்தியில் முடிசூட்டுவதற்கு முன் சீதையோடு சென்று நாராயணனை வழிபட்டதாக வால்மீகி கூறுகின்றார். அதைப்போன்று கோகுலத்திலும் கண்ணன் சென்று வழிபட ஒரு பெருமான் கோவில் உண்டு என்கிறாள் ஆண்டாள்.

பேய்முலை நஞ்சுண்டு – இராமாவதாரத்தில் முதல் பலி தாடகை என்றும், கிருஷ்ணாவதாரத்தில் முதல் பலி பூதனை என்றும் கூறுவார்கள்.

பொழுது புலர்வதற்கு அடையாளம் சொல்லி, இனியாவது எழுந்திரு என்று ஒருத்தியைத் துயில் எழுப்புவதாக இப்பாடல் உள்ளது. எழும்பிய அவளையும் இவர்கள் கூட்டிச் செல்கின்றார்கள்.

திருப்பள்ளி எழுச்சிப் பாசுரம் - 2

"கீசு கீசு என்று எங்கும், ஆனைச் சாத்தன் கலந்து
பேசின பேச்சு அரவம், கேட்டிலையோ? பேய்ப் பெண்ணே!
காசும், பிறப்பும், கலகலப்பக் கை பேர்த்து
வாச நறுங்குழல் ஆய்ச்சியர் மத்தினால்
ஓசை படுத்த, தயிர் அரவம் கேட்டிலையோ?
நாயகப் பெண் பிள்ளாய்! நாராயணன் மூர்த்தி
கேசவனைப் பாடவும், நீ கேட்டே கிடத்தியோ?
தேசம் உடையாய்! திற - ஏலோர் எம்பாவாய்."

- (7 / 0480)

கண்ணனிடம் ஈடுபட்டு, மெய்ம்மறந்து கிடக்கும் ஒருத்தியை எழுப்புவதாக இப்பாசுரம் அமைந்துள்ளது. அவளையும் சேர்த்துக்கொண்டு இவர்கள் செல்கின்றார்கள்.

அறிவற்ற இளம்பெண்ணே! பொழுது விடிந்துவிட்டது. வலியன் என்னும் கருங்குருவிகள் கூடி, இரைதேடப்

புறப்படும்முன் ஒன்றுடன் ஒன்று கலந்து, கீச்சுக் கீச்சென்று உறவாடுகின்றன. அப்பேரொலியை நீ கேட்கவில்லையோ? நறுமணம் வீசும் கூந்தலையுடைய ஆய்ச்சியர்கள் அணிந்துள்ள அச்சுத் தாலியும், முளைத் தாலியும் கலகல என்று ஒலிக்க, மத்தால் தயிரைக் கடையும் பேரொலியை நீ கேட்க வில்லையோ? நீ எங்களுக்கெல்லாம் தலைவியாய் இருந்து காரியம் செய்வது நன்றாக இருக்கிறது. நாராயண மூர்த்தியைக், கேசவனை நாங்கள் பாடுவதைக் கேட்டும் நீ படுத்துக் கிடக்கின்றாயே? ஒளி பொருந்தியவளே! கதவைத் திறவாய்.

ஆனைச் சாத்தன் – கீச்சாங் குருவி. வலியன் குருவிகள் என்றும், கரிக் குருவிகள் என்றும் பரத்வாஜ பட்சிகள் என்றும் இவற்றைக் குறிப்பிடுவர்.

காசு – பொன்னை அச்சில் இட்டு, அடித்துச் செய்த உருக்கள் கோத்த காசுமாலை; பிறப்பு – பலவகை வடிவமாகச் செய்த உருக்கள் கோத்த மாலை.

முதலில் 'பேய்ப் பெண்ணே' என்று சினந்து பேசுகின்றவர்கள், அடுத்து 'நாயகப் பெண் பிள்ளாய்' என்றும், இறுதியில் 'தேசம் உடையாய்' – தேஜஸ் உடையவளே என்றும் பாராட்டி அழைக்கின்றார்கள்.

திருப்பள்ளி எழுச்சிப் பாசுரம் - 3

"கீழ்வானம் வெள்ளென்று; எருமை சிறுவீடு
மேய்வான் பரந்தன காண்; மிக்குள்ள பிள்ளைகளும்
போவான் போகின்றாரைப் போகாமல் காத்து உன்னைக்
கூவுவான் வந்து நின்றோம்; கோதுகலம் உடைய
பாவாய்! எழுந்திராய்; பாடிப் பறை கொண்டு
மா வாய் பிளந்தானை, மல்லரை மாட்டிய
தேவாதித் தேவனைச், சென்று நாம் சேவித்தால்,
ஆ ஆ என்று ஆராய்ந்து அருள் - ஏலோர் எம்பாவாய்."
- (8 / 0481)

கண்ணனின் அருளுக்குத் தகுதியுள்ள ஒருத்தியை எழுப்புவதாக இப்பாடல் உள்ளது.

கண்ணன் விரும்பத்தக்க அழகிய பெண்ணே! கிழக்கு வெளுத்துவிட்டது. எருமைகள் பனிப்புல் மேய்வதற்காகப் பரவலாகச் செல்கின்றன. நோன்பு நோற்கும் இடத்திற்கு உன்னைத் தவிர பிற பெண்கள் சென்றுவிட்டனர். அவர் களைப் போக விடாமல் தடுத்து, உன்னை அழைத்துச் செல்ல உன் வாசலுக்கு வந்துள்ளோம். நீ எழுந்திரு. குதிரை வடிவில் வந்த கேசி என்னும் அரக்கனின் வாயைப் பிளந்து எறிந்தவனும், மல்லர்களை மாளச் செய்தவனும், தேவர்களுக்கு எல்லாம் தேவனும் ஆன, கண்ணனை நாம் தேடிச்சென்று அடிபணிந்தால், அவன் ஐயோ என்று திருஉள்ளம் நெகிழ்ந்து நம் குறைகளை ஆராய்ந்து அருள் புரிவான்.

சிறுவீடு - சிறிது நேரம் விடும்போது; கோதுகலம் உடைய பாவாய் - கண்ணனால் கொண்டாடப் பெறும் அழகிய பெண்ணே; பாடிப் பறை கொண்டு - கண்ணனுடைய குணங்களைப் பாடி, நோன்பிற்கு அவனிடம் பறையை வேண்டிக்கொண்டு.

கோதுகலம் - கௌதூஹலம் என்ற வடசொல்லின் தமிழ் வடிவம் இது. ஆசை என்று பொருள். இங்குக் கண்ணனுடைய விசேச அன்பிற்கு உரியவளை முன்னிட்டுச் சென்றால் கண்ணபிரானின் அருள் எல்லோருக்கும் கிடைக்கும் என்பது குறிப்பு.

எருமை சிறுவீடு மேய்வான் பரந்தன காண் - இடையர் கள் அதிகமான பால் கறக்க வேண்டும் என்பதற்காக எருமை களை அதிகாலையில், வீட்டின் பின்பக்கமுள்ள தோட்டங் களில் பனிப்புல் மேயவிடுவது வழக்கம். அதன் பின்தான் பால் கறப்பார்கள். கறந்தபின் எருமைகளை மேய்ச்சல் காட்டுக்கு அனுப்புவார்கள். ஆண்டாள் இவற்றையெல்லாம் கூர்ந்து கவனித்துப் பதிவு செய்கின்றாள்.

பறை கொள்ளுதல் - நோன்பிற்குரிய உபகரணத்தை வெளிப்படையாகவும், பெருமானைச் சேவிப்பதை உட் பொருளாகவும் கொண்டு பறை என்ற சொல் விளங்குகின்றது.

திருப்பள்ளி எழுச்சிப் பாசுரம் - 4

"தூமணி மாடத்துச் சுற்றும் விளக்கு எரியத்
தூபம் கமழத் துயில் அணைமேல் கண் வளரும்
மாமான் மகளே! மணிக்கதவம் தாள் திறவாய்;
மாமீர்! அவளை எழுப்பீரோ? உன் மகள் தான்
ஊமையோ? அன்றிச் செவிடோ? அனந்தலோ?
ஏமப் பெருந்துயில், மந்திரப் பட்டாளோ?
மா மாயன் மாதவன் வைகுந்தன் என்றென்று
நாமம் பலவும், நவின்று - ஏலோர் எம்பாவாய்."

- (9 / 0482)

கண்ணன் வந்தபோது வரட்டும், என்று தாமதம் செய்பவளைத் துயில் எழுப்புவதாக இப்பாசுரம் உள்ளது.

அழகிய மாணிக்கங்கள் பதிக்கப் பெற்ற மாளிகையில் எல்லாத் திசைகளிலும் விளக்குகள் எரிகின்றன. அகில் புகையின் மணம் வீசுகின்றது. நீயோ இனிய படுக்கையில் கண் வளர்கின்றாய். மாமனின் மகளே! மணிகளால் ஆகிய கதவின் தாழ்ப்பாளைத் திறந்துவிடு. (அவள் அசையாமல் தூங்கிக்கொண்டிருப்பதைக் கண்டு, அவளின் தாயிடம் அடுத்து முறையிடுகின்றார்கள்) அம்மாமீ! உள்ளே உறங்கும் உங்கள் மகள் ஊமையோ? செவியில்லாதவளோ? சோர்ந்து கிடக் கின்றாளோ? படுக்கையில் காவலில் உள்ளாளோ? மந்திரத்தால் கட்டுப்பட்டுக் கிடக்கின்றாளோ? மாமாயனே, மாதவனே, வைகுண்ட நாதனே எனத் திருப்பெயர்கள் பலவற்றையும் நாங்கள் வாயாரச் சொன்னோம். இனியேனும் உன் மகள் உணரலாகாதோ?

அனந்தலோ – மயக்க நிலையில் சோர்ந்து கிடக் கின்றாளோ? மந்திரப் பட்டாளோ – ஏதோ ஒரு மந்திரத்தின் வயப்பட்டுக் கிடக்கின்றாளோ?.

மாமாயன், மாதவன், வைகுந்தன் – பெருமானின் திருநாமங்களை இவர்கள் அவளுக்கு எதிர் மந்திரமாகப் போடுகின்றார்கள்.

திருப்பள்ளி எழுச்சிப் பாசுரம் - 5

"நோற்றுச் சுவர்க்கம் புகுகின்ற அம்மனாய்!
மாற்றமும் தாராரோ, வாசல் திறவாதார்?
நாற்றத் துழாய் முடி, நாராயணன் நம்மால்
போற்றப் பறைதரும், புண்ணியனால்; பண்டு ஒருநாள்
கூற்றத்தின் வாய் வீழ்ந்த, கும்பகருணனும்,
தோற்றும் உனக்கே, பெருந்துயில் தான் தந்தானோ?
ஆற்ற அனந்தல் உடையாய்! அருங்கலமே!
தோற்றமாய் வந்து திற - ஏலோர் எம்பாவாய்."

- (10 / 0483)

கிருஷ்ணானுபவம் என்னும் பெரிய மகிழ்ச்சியில் இருக்கும் ஒருத்தியை எழுப்புவதாக இப்பாடல் உள்ளது.

கண்ணனை அனுபவிக்க முற்பிறப்பில் தவம் செய்து இப்போது சுகத்தை அனுபவிக்கும் தலைவியே! வாயிற்கதவைத் திறக்காது இருப்பவர்கள், ஒரு மறுமொழியாவது சொல்ல மாட்டார்களோ? நறுமணம் மிக்க திருத்துழாயை அணிந் துள்ள திருமுடியை உடைய நாராயணன், நம்மால் போற்றப்படும் நிலையில், நம் நோன்புக்கு வேண்டிய பறையைத் தந்தருள்வான். (அப்படி இருந்தும் நீ உறங்குகின்றாயே. இது முறையா?) முன்னர், காலன் வாயில் விழுந்தொழிந்த கும்பகர்ணனும், உன்னிடம் உறக்கத்தில் தோற்றுப்போய்த் தன் பெருந்தூக்கத்தை உனக்குக் கொடுத்துவிட்டானோ? மிகவும் சோம்பலை உடையவளே! எங்களுக்குக் கிடைத்தற்கரிய அணிகலன் போன்றவளே! தெளிவுடன் வந்து கதவைத் திறப்பாயாக.

தோற்றவரின் பொருளை வென்றவர் கைப்பற்றுவது வழக்கம். உறக்கத்தில் கும்பகர்ணன் இவளிடம் தோற்றுத், தன் உறக்கத்தை இவளுக்குத் தந்துவிட்டான் என்று இவர்கள் சொல்கின்றார்கள்.

தூங்குபவளை, இவர்கள் 'அருங்கலமே' என்று அழைக்கின்றார்கள். கிடைத்தற்கரிய அணிகலனாக எங்களுக்கு அமைந்தவள் என்று நட்புரிமையோடு இவர்கள் கூறுகின் றார்கள்.

திருப்பள்ளி எழுச்சிப் பாசுரம் - 6

"கற்றுக் கறவைக் கணங்கள் பல கறந்து
செற்றார் திறல் அழியச், சென்று செருச் செய்யும்
குற்றம் ஒன்று இல்லாத, கோவலர் தம் பொற்கொடியே!
புற்றரவு அல்குல் புனமயிலே! போதராய்
சுற்றத்துத் தோழிமார் எல்லாரும் வந்து, நின்
முற்றம் புகுந்து, முகில் வண்ணன் பேர் பாடச்,
சிற்றாதே பேசாதே, செல்வப் பெண்டாட்டி! நீ
எற்றுக்கு உறங்கும் பொருள்? - ஏலோர் எம்பாவாய்."

- (11 / 0484)

ஊருக்கு ஒரு பெண் என்று பெயர் பெற்ற ஒருத்தியை எழுப்புவதாக இப்பாசுரம் அமைந்துள்ளது.

கன்றுகளோடு கூடிய பசுக்களின் கூட்டங்களைப் பாதுகாத்துப் பால் கறப்பவர்களும், பகைவர்களின் வலிமை அழியும்படி அவர்களின் இடத்திற்குச் சென்று போர் செய்பவர்களும், ஒருவகைக் குற்றமும் இல்லாதவர்களுமான கோவலர்களுடைய (இடையர்களின்) குடியில் பிறந்த அழகிய பூங்கொடி போன்றவளே! பாம்பின் படம் போன்ற அல்குலையும், காட்டில் வாழும் மயில் போன்ற சாயலையும் உடையவளே! எழுந்து வா! உறவு முறைத் தோழிகள் யாவரும் உன் வாசலில் வந்து சேர்ந்து, கருமுகில் கண்ணனது திருப்பெயர்களைப் பாடுகின்றோம். அதைக் கேட்டபிறகும் அசையாமலும், மறுமொழி சொல்லாமலும் நீ உறங்குவதற்கு என்ன பொருள்?

கற்றுக் கறவை – கன்றுகளோடு கூடிய கறவைப் பசுக்கள்; கோவலர் தம் பொற்கொடியே – ஆயர்களின் குடியில் பிறந்த பொற்கொடி போன்றவளே; செல்வப் பெண்டாட்டி – செல்வமும், பெண்மையும் வாய்க்கப் பெற்றவள். எங்களுக்குச் செல்வம் போல் இருக்கின்ற பெண்ணே என்றும் கூறுவர்.

திருப்பள்ளி எழுச்சிப் பாசுரம் - 7

"கனைத்து இளங்கற்று எருமை, கன்றுக்கு இரங்கி
நினைத்து முலைவழியே, நின்று பால் சோர,
நனைத்து இல்லம் சேறு ஆக்கும் நற்செல்வன் தங்காய்!
பனித்தலை வீழ, நின் வாசல் கடைபற்றிச்
சினத்தினால் தென்னிலங்கைக் கோமானைச் செற்ற,
மனத்துக்கு இனியானைப் பாடவும், நீ வாய் திறவாய்!
இனித்தான் எழுந்திராய், ஈது என்ன பேருறக்கம்!
அனைத்து இல்லத்தாரும் அறிந்து - ஏலோர் எம்பாவாய்."
- (12 / 0485)

கண்ணனைப் பிரியாமல் இருக்கும் செல்வனுடைய தங்கையைத் துயில் எழுப்புவது இப்பாடல்.

இளங்கன்றுகளை உடைய எருமைகள், பால் கறப்பார் இல்லாமையினால் கதறிக், கன்றுகளிடம் மனம் இரங்கித், தம் கன்றுகளுக்கு ஊட்டுவதாக நினைத்து, மடிக்காம்பு வழியாகத் தாமே சுரந்து, பெருக்குகின்ற பால் வீட்டை எல்லாம் நனைத்துச் சேறாக்குகின்ற மிக்க செல்வத்தை உடையவனது தங்கையே! பனி எங்கள் தலையில் விழ, உன் வீட்டுத் தலைவாசலைப் பற்றிப் பிடித்துக்கொண்டு, தென் இலங்கை இராவணனைச் சீற்றத்தால் அழித்த, நெஞ்சுக்கு இனிய இராமனை நாங்கள் பாடும்போதும், நீ வாயைத் திறக்காமல் இருக்கின்றாய். எல்லா வீடுகளில் உள்ளவர்களும் உறக்கம் தெளிந்து எழுந்த பின்னரும், நீ பெருந்தூக்கம் தூங்குவது ஏன்? உன் வீட்டின்முன் நாங்கள் திரண்டு நிற்பதை அனைவரும் அறிந்தனர். இனியாவது எழுந்திரு.

கனைத்து – பால் கறப்பார் இல்லாமையினால் முலை கடுத்துக் கதறிக்கொண்டு;

மேலே பனிவெள்ளம் இட, கீழே பால்வெள்ளம் இட, நாங்கள் தெப்பம் ஒன்றைப் பற்றிக் கொள்பவர்களைப் போல், உன்னுடைய தலைவாசல் படியின் மேற்கட்டையைப் பற்றி நிற்கின்றோம் என்பது ஓர் அருமையான உணர்ச்சிச் சித்திரம். நீ வந்து எங்களுக்குத் துணைபுரிய வேண்டும் என்பது குறிப்பு. இவ்வாறு பழைய உரையாசிரியர் சுட்டிக்காட்டுகின்றார்.

திருப்பள்ளி எழுச்சிப் பாசுரம் - 8

"புள்ளின் வாய்க் கீண்டானைப், பொல்லா அரக்கனைக்
கிள்ளி களைந்தானைக், கீர்த்திமை பாடிப் போய்
பிள்ளைகள் எல்லாரும், பாவைக் களம் புக்கார்;
வெள்ளி எழுந்து, வியாழம் உறங்கிற்று;
புள்ளும் சிலம்பின காண்; போது அரிக் கண்ணினாய்!
குள்ளக் குளிரக், குடைந்து நீராடாதே,
பள்ளிக் கிடத்தியோ? பாவாய்! நீ நன்னாளால்
கள்ளம் தவிர்ந்து, கலந்து - ஏலோர் எம்பாவாய்."

- (13 / 0486)

தன் கண்ணழகைக் கண்டு கண்ணன் தானே வருவான் என்று படுத்திருந்தவளை எழுப்புதலாக இப்பாடல் உள்ளது.

பறவையின் உருவைப் பெற்று வந்த பகாசுரனின் வாயைப் பிளந்தவனும், கொடிய இராவணனின் பத்துத் தலைகளையும் எளிதாக அறுத்து அழித்தவனுமான, பெருமானின் வீரத்தைப் பாடியவாறு எல்லாப் பெண்பிள்ளைகளும் நோன்பு நோற்பதற்காகக் குறித்த இடத்திற்குச் சென்று சேர்ந்து விட்டனர். (இவ்வளவு கூறிய பிறகும், உறங்குபவள் பொழுது விடிந்து விட்டதோ என்று கேட்க, எழுப்புபவர்கள் மறுமொழி கூறுகிறார்கள்) வெள்ளி (சுக்கிரன்) உதித்து, வியாழன் (குரு) சென்றுவிட்டது. பறவைகளும் விழிப்புற்று ஆரவாரம் செய்கின்றன. தாமரைப் பூவையும், மானையும் ஒத்த கண்களை உடையவளே! நீ கண்ணனோடு சேர்ந்திருக்கும் பேறு பெறும் நாளில், உடம்பும் உள்ளமும் குளிரும்படி நன்கு நீராடாமல் படுக்கையில் கிடப்பாயோ? கண்ணனை நினைத்துத் தனியே கிடத்தலாகிய வஞ்சத்தைவிட்டு எங்களோடு கலந்திடு.

புள்ளின் வாய் – பறவை உருவத்தோடு வந்த பகாசுரனின் வாயை; கீர்த்திமை – கீர்த்தி கூறும் வீர சரிதங்களை; பாவைக் களம் புக்கார் – நோன்பு நோற்கும் இடத்திற்குப் போய்ச் சேர்ந்துவிட்டார்கள்; வெள்ளி எழுந்து – சுக்கிரன் உதயமாகி; வியாழம் உறங்கிற்று – பிரகஸ்பதி – குரு அஸ்தமித்து விட்டது.

வெள்ளி எழுந்து வியாழம் உறங்கிற்று - ஆண்டாள் வாழும்போது, வெள்ளி எழுதலோடு வியாழன் அஸ்தமித்த அற்புத நிகழ்வு ஒன்று நிகழ்ந்துள்ளது. அதை அவள் அக்கறையுடன் பதிவு செய்து வைத்துள்ளாள். திருப்பாவை நூலின் காலத்தைக் கணிக்க இந்த வரிதான் சிறந்த ஆதார மாகத் திகழ்கின்றது.

கள்ளம் தவிர்த்து - கண்ணனைத் தனியாக நினைக்கின்ற இந்தக் கள்ளத்தனத்தை விட்டுவிடு என்று இவர்கள் கூறுகின்றனர்.

திருப்பள்ளி எழுச்சிப் பாசுரம் - 9

"உங்கள் புழைக்கடைத் தோட்டத்து வாவியுள்
செங்கழுநீர் வாய் நெகிழ்ந்து, ஆம்பல் வாய் கூம்பின் காண்;
செங்கல் பொடிக் கூறை வெண்பல் தவத்தவர்
தங்கள் திருக்கோயில் சங்கிடுவான் போதந்தார்
எங்களை முன்னம் எழுப்புவான் வாய் பேசும்
நங்காய்! எழுந்திராய், நாணாதாய்! நாவுடையாய்!
சங்கொடு சக்கரம் ஏந்தும் தடக்கையன்
பங்கயக் கண்ணானைப் பாடு - ஏலோர் எம்பாவாய்."

- (14 / 0487)

தங்களை முன்னம் எழுப்புவதாகச் சொல்லி, அதை மறந்து உறங்குகின்றவளை எழுப்புவதாக இப்பாசுரம் உள்ளது.

உங்கள் புழைக்கடைத் தோட்டத்திலுள்ள குளத்தில் செங்கழுநீர்ப் பூக்கள் மலர்ந்து, ஆம்பல் மலர்கள் குவிந்தன. காவித்துவராடையும் வெண்மையான பற்களும் உடைய துறவியர் தங்களுடைய கோயிலிலே சங்கிடும் பொருட்டுச் செல்கின்றனர். எங்களை முன்னே வந்து எழுப்புவதாகச் சொல்லி வாய் வீரம் பேசிய நங்கையே! சொன்னபடி எழுப்பாமைக்கு வெட்கப்படாதவளே! சங்கும் சக்கரமும் ஏந்திய நீண்ட திருக்கைகளை உடையவனும், செந்தாமரை போன்ற கண்களை உடையவனுமான கண்ணனைப் பாடுவதற்கு எழுந்திரு.

செங்கல் பொடிக் கூறை – காவிப் பொடியில் தோய்த்த காவி உடை தரித்தவர்கள்; வெண்பல் தவத்தவர் – தாம்பூலம் போடாததால் வெண்மையான பற்களை உடையவர்.

உங்கள் புழைக்கடை – உங்கள் புறங்கடை என்றும் பாடம் உள்ளது. தங்களோடு அவளைச் சேர்த்துக் கொள்ளாமல் பேசுவது போல் பேசுவதற்காக, அவளை உங்கள் என்கிறார் கள். எழுப்புவதாகச் சொன்னவளை, எழுப்ப வேண்டிய திருக்கிறதே என்ற கோபத்தில் இப்படிச் சொல்கிறார்கள்.

செங்கல் பொடிக் கூறை வெண்பல் தவத்தவர் – சைவ சமயத்தைச் சேர்ந்த பண்டாரங்கள் என்பர். இவர்களுடையக் கோவிலைத் 'திருக்கோயில்' என்று ஆண்டாள் பரந்த மனத்தோடு கூறுகின்றாள். வேறு சிலர் 'தவத்தவர்' என்பது வைணவத் துறவியரைத்தான் குறிப்பிடுவதாகவும் கூறுகின்றனர்.

சங்கு இடுவான் – சங்கு ஊதுவதற்காக. கோவில்களில் கதவைத் திறக்கும்போது சங்கு போன்ற மங்கல வாத்தியங்களை இசைப்பது வழக்கம்.

திருப்பள்ளி எழுச்சிப் பாசுரம் - 10

"'எல்லே! இளங்கிளியே! இன்னம் உறங்குதியோ!'
சில்லென்று அழையேன்மின், நங்கைமீர்! போதர்கின்றேன்'
'வல்லை உன் கட்டுரைகள்! பண்டே உன்வாய் அறிதும்,'
'வல்லீர்கள் நீங்களே நானே தான் ஆயிடுக!'
'ஒல்லை நீ போதாய், உனக்கென்ன வேறு உடையை?'
'எல்லாரும் போந்தாரோ?' 'போந்தார், போந்து எண்ணிக் கொள்,
வல் ஆனை கொன்றானை, மாற்றாரை மாற்று அழிக்க
வல்லானை, மாயனைப் பாடு' - ஏலோர் எம்பாவாய்."
- (15 / 0488)

உறங்கும் நங்கைக்கும், உணர்த்தும் நங்கையருக்கும் இடையே நிகழ்ந்த உரையாடலாகப் பாடல் அமைந்துள்ளது.

“எல்லே! இளங்கிளி போன்றவளே! இன்னும் உறங்கு கின்றாயோ?” என்று எழுப்பப் போனவர்கள் கேட்டார்கள்.

“நங்கையர்களே! சிலு சிலு என்று துடுக்காகக் கூப்பிடாதீர்கள். இதோ எழுந்து வருகிறேன்” என்று எழுப்பப் பட்டவள் சொன்னாள்.

“நீ பேசும் வல்லமை உடையவள். இதை நாங்கள் முன்பே அறிவோம்” என்று வெளியில் நின்றவர்கள் கூறினார்கள்.

அதற்கு எழுப்பப்பட்டவள், “நீங்களே அவ்வகையினர், நான் அல்லேன். எனினும் உங்கள் சொற்படி அது நானே ஆகட்டும்” என்றாள்.

மீண்டும் எழுப்புகிறவர்கள், “உனக்கென்று வேறுபாடு தனியே கொண்டிருக்கின்றாயோ?” என்று கேட்டார்கள்.

அதற்கு, “வரவேண்டியவர்கள் எல்லோரும் வந்து விட்டார்களோ?” என்று உள்ளே இருந்தவள் கேட்டாள்.

“வந்துவிட்டனர் நீயே எழுந்து வந்து எண்ணிப் பார்த்துக்கொள்” என்று வெளியே நின்றவர்கள் சொன் னார்கள்.

நாம் யாவரும் ஒருங்கே கூடிச் செய்யவேண்டியது என்ன என்ற உள்ளிருந்தவளின் கேள்விக்கு, விடையாக இவர்கள் “வலிமை உடைய குவலயாபீடம் என்ற யானையைக் கொன்றவனும், பகைவர்களின் வல்லமையை அழிக்க வல்லவனுமான மாயக் கண்ணனைப் பாடுவதற்கு விரைவாக எழுந்து வருவாய்” என்கிறார்கள்.

ஆறாவது பாசுரம் முதல் (0479) இந்தப் பதினைந்தாவது பாசுரம் வரை (0488) உள்ள பாடல்கள் துயில் எழுப்புவோரின் பாசுரங்களாகும். இதனை முதலில் பார்த்தோம். இவர்கள் பத்துப் பெண்களை இவ்வண்ணம் துயில் எழுப்பினார்கள்.

“நானே தான் ஆயிடுக” – இது புகழ்மிக்கத் தொடராகும். பிறருக்கு உரிய குற்றத்தையும், தன் குற்றமாக ஏற்றுக்கொள்ளும் ஸ்ரீவைஷ்ணவ லட்சணம் இதன் புதைபொருளாகும். “இல்லாத

குற்றத்தையும் சிலர் உண்டு என்று சொன்னால், இல்லை செய்யாதே, இசைகையிறே வைஷ்ணவ லட்சணம்" என்று பெரியவாச்சான் பிள்ளை இதனைக் குறிப்பிடுகின்றார்.

தவறு செய்யாதபோதும், நீ தவறு செய்தாய் என்று யாராவது கூறினால் அதை ஏற்றுக் கொள்பவன்தான் நல்ல பக்தன் ஆவான் மெய்யான வைணவன் ஆவான். அந்த வகையில் இப்பெண் 'நானே தான் ஆயிடுக' என்று ஏற்றுக் கொள்கின்றாள்.

இராமன் கானகம் சென்ற கொடுமைக்கு ஒருவகையிலும் காரணம் ஆகாதவன் பரதன். ஆனால் அந்தப்பிழை முழுவதையும் தன்மீது அவன் ஏற்றுக்கொண்டான். அதனை இங்குக் குறிப்பிட்டு, அந்தப் பண்பையே 'நானே தான் ஆயிடுக' என்ற தொடர் உணர்த்துவதாகவும் பெரியோர் கூறுவர்.

'ஒல்லை நீ போதாய்' – 'ஒல்லை நீ போதராய்' என்றும் பாடம் உள்ளது.

நந்தகோபரின் மாளிகைக் காப்பானையும், வாசல் காப்பானையும் நோக்கிக் கதவைத் திறக்கும்படி வேண்டுவதாக அமைந்த பாசுரம்

"நாயகனாய் நின்ற நந்த கோபனுடைய
கோயில் காப்பானே! கொடித் தோன்றும் தோரண
வாயில் காப்பானே! மணிக்கதவம் தாள் திறவாய்,
ஆயர் சிறுமியரோமுக்கு அறை பறை
மாயன் மணிவண்ணன், நென்னலே வாய் நேர்ந்தான்;
தூயோமாய் வந்தோம், துயில் எழப் பாடுவான்,
வாயால் முன்னம் முன்னம் மாற்றாதே, அம்மா! நீ
நேய நிலைக் கதவம், நீக்கு - ஏலோர் எம்பாவாய்."

- (16 / 0489)

இந்தப் பதினாறாவது பாசுரம் (0489) முதல் ஏழு பாசுரங்கள், சிறுமியர் எல்லோரும் கூட்டமாகத் திரண்டு வந்து, கண்ணனை எழுப்ப விரும்பி மாளிகையில் உள்ளவர்களையும் கண்ணனையும் துயில் எழுப்புவதாக உள்ளன.

தலைவரான நந்தகோபருடைய மாளிகையைக் காப்பவனே! கொடிகள் விளங்கும் தோரணங்களை உடைய வாயிலைக் காப்பவனே! அழகிய கதவின் தாளைத் திறந்து எங்களை உள்ளே புக விடுவாய்.

இடைச்சிறுமியருக்கு நீலமணி மேனியன் கண்ணன், ஒலிக்கின்ற பறையைத் தருவதாக நேற்றே வாக்குத் தந்திருக் கின்றான். அவனுக்குத் திருப்பள்ளி எழுச்சிப் பாடுவதற்காக நாங்கள் தூய்மையாக வந்துள்ளோம். முதன் முதலில் உன் வாயால் மறுப்பு ஏதும் சொல்லாதே. கண்ணனிடம் பரிவுற்றிருக்கும் நிலை உடைய கதவை நீயே திறப்பாயாக.

அறை பறை – ஒலிக்கின்ற பறையைத் தருவதாக; நென்னலே – நேற்றே; மாற்றாதே – மறுத்து விடாதே.

நாயகனாய் நின்ற நந்தகோபன் – நாயகன் கண்ணன்தான். ஆனால் ஆண்டாள் அச்சொல்லால் நந்தகோபனைக் குறிப்பிடுகின்றாள். ஏன்? கண்ணனை வளர்த்து, அவனின் பிள்ளை விளையாட்டுக்களை எல்லாம் கண்டு களிக்கும் பேறு இவருக்குத்தானே கிடைத்தது. மேலும் அவரின் மகனாகத்தான் கண்ணன் வளர்ந்தான். பெற்ற வாசுதேவருக்கு இந்தப் பேறு கிடைக்கவில்லை. அதனால் நாயகன் என்று நந்தகோபனை அவள் அழைக்கின்றாள்.

காவலர்கள் இப்பெண்களைப் பார்த்ததுமே இவர்களால் கண்ணனுக்கு ஆபத்தில்லை என்பதனைப் புரிந்துகொண்டு கண்ஜாடை மூலம் உள்ளே செல்வதற்கு அனுமதிக்கின் றார்கள். 'நேய நிலைக்கதவம் நீக்கு' – கண்ணனிடம் உங்களைவிட அதிகம் பாசம் உள்ளவை இக்கதவுகள்தாம். அதனால் அவற்றை நீங்கள்தான் திறந்துவிட வேண்டும் என்றும் இப்பெண்கள் கூறுகின்றார்கள்.

கண்ணனின் தாய், தந்தை, அண்ணன் முதலியோரை எழுப்பிக், கண்ணனையும் எழுப்புவதாக அமைந்த பாசுரம்

"அம்பரமே, தண்ணீரே, சோறே அறஞ்செய்யும்
எம்பெருமான்! நந்த கோபாலா! எழுந்திராய்;
கொம்பனார்க்கு எல்லாம் கொழுந்தே! குலவிளக்கே!

எம் பெருமாட்டி! யசோதாய்! அறிவுறாய்,
அம்பரம் ஊடு அறுத்து ஓங்கி, உலகு அளந்த
உம்பர் கோமானே! உறங்காது எழுந்திராய்;
செம் பொற் கழலடிச் செல்வா! பலதேவா!
உம்பியும் நீயும் உகந்து - ஏலோர் எம்பாவாய்.

- (17/ 0490)

ஆடை, தண்ணீர், சோறு ஆகியவற்றை ஈத்து உவக்கும் எங்கள் தலைவராகிய நந்தகோபரே! எழுந்திருப்பீராக. கொடி போன்ற பெண்களுக்கெல்லாம் கொழுந்து போன்ற தலைவியே! ஆயர்குல மங்கல விளக்கே! எங்களின் தலைவி யசோதைப் பிராட்டியே! எழுந்திராய்! ஆகாயத்தை இடம் மாறும்படிச் செய்து, உயர்ந்து, உலகங்களை எல்லாம் அளந்த தேவர்களுக்குத் தலைவனே! கண்ணனே! உறங்காமல் எழுந்திடுக. பொன்னாலான வீரக்கழலை அணிந்த திருவடி உடைய செல்வா! பலதேவனே! உன் தம்பியாகிய கண்ணனும், நீயும் உறங்காமல் விழித்தருள வேண்டும்.

அம்பரமே – ஆடைகளையே; அம்பரம் ஊடு அறுத்து ஓங்கி – ஆகாயமெல்லாம் இடம் அறச்செய்து ஓங்கி;

'செம்பொற் கழலடிச் செல்வா! பலதேவா' – கண்ணனுக்கு முன் பிறந்து பணிபுரியும் பேறு பெற்றவன் பலதேவன். இராமனுக்குப் பின் பிறந்து பணிபுரிந்த இலக்குவனைப் போல, கண்ணனுக்கு முன் பிறந்து தம்பிக்குப் பணி செய்தவன் பலதேவனாவான். இராமாவதாரத்தின் போது ஆதிசேடன் இராமனின் தம்பி இலக்குவனாகவும், கிருஷ்ணாவதாரத்தின் போது ஆதிசேடன் கண்ணனின் அண்ணன் பலதேவனாகவும் அவதரித்ததாகக் கூறுகின்றனர். அதனால் இவள் அவனை இவ்வண்ணம் சிறப்பாகக் குறிப்பிடுகின்றாள்.

கடைசி வரியிலுள்ள 'உகந்து' என்பதனை 'உறங்கேல்' என்று சிலரும், 'உணர்ந்து' என்று அறிஞர் பி. ஸ்ரீயும் குறிப்பிடுகின்றனர்.

நப்பின்னைப் பிராட்டியைத் துயில் உணர்த்துவது இப்பாசுரம்

"உந்து மதகளிற்றன், ஓடாத தோள் வலியன்,
நந்த கோபாலன் மருமகளே! நப்பின்னாய்!
கந்தம் கமழும் குழலீ! கடை திறவாய்;
வந்து எங்கும் கோழி அழைத்தன காண்; மாதவிப்
பந்தல் மேல், பல்கால் குயில் இனங்கள் கூவின காண்;
பந்தார் விரலி! உன் மைத்துனன் பேர் பாடச்
செந்தாமரைக் கையால், சீர் ஆர் வளை ஒலிப்ப,
வந்து திறவாய், மகிழ்ந்து - ஏலோர் எம்பாவாய்."

- (18 / 0491)

மதநீர் பெருக்குகின்ற யானையை உடையவனும், போரிலே எவருக்கும் பின்னிடாத தோள் வலிமை மிக்கவனுமான நந்தகோபனின் மருமகளே! நறுமணம் வீசும் கூந்தலை உடையவளே! நப்பின்னையே! வாயில் கதவைத் திற. எப்புறத்திலும் கோழிகள் கூவுகின்றன. குருக்கத்திப் பந்தலின் மேலே குயில் கூட்டங்கள் பலமுறை கூவுகின்றன. பந்தாட்டத்தில் கண்ணனைத் தோற்கடித்து விரல்களால் பந்தைப் பற்றி இருப்பவளே! உன் கணவனின் புகழைப் பாடும்படி, மகிழ்ச்சியுடன் சிறப்புப் பொருந்திய வளை குலுங்கி ஒலிக்க நடந்து வந்து, செந்தாமரை மலர் போன்ற கைகளால் மகிழ்ந்து கதவைத் திறக்க வேண்டும்.

வைணவர் உச்சிமேல் வைத்துக் கொண்டாடும் திருப்பாவையின் புகழ்மிக்க பாசுரம் இது. இராமானுஜர் திருப்பாவையை ஓதியவாறு பிட்சைக்குச் செல்வது வழக்கம். ஒருநாள் தம் ஆசிரியரான பெரியநம்பியின் திருமாளிகை வாசலில் நின்று அவர் இப்பாசுரத்தைப் பாட நேர்ந்தது. "செந்தாமரைக் கையால் சீரார் வளை ஒலிப்ப வந்து திறவாய்" என்று இராமானுஜர் பாடும்போது, தாழிட்ட கதவைத் திறந்தவாறு, குருவின் மகள் வெளியே வந்தாள். திகைத்த அவர், அவளை நப்பின்னையாகவே கருதி, மெய்ம்மறந்து வணங்கினார். அத்துழாய்த் திகைத்துத் தந்தையாரிடம் ஓடினாள். உள்ளே இருந்த பெரியநம்பி மகளிடம் அமைதியாக 'உந்து மத களிறு அனுசந்தானம்' என்றார். இவ்வாறு ஒரு வரலாறு உள்ளது. இதனை அறிஞர் பி. ஸ்ரீ கூறுகின்றார். (ஆண்டாள், பக் – 185). இதனால் இராமானுஜர் உகந்த பாசுரமாக இப்பாசுரம் புகழப்படுகின்றது.

நப்பின்னாய் – ராதைக்கு வடநாடு அளிக்கும் முக்கியத் துவத்தைத் தமிழ்நாடு நப்பின்னைக்கு வழங்குகின்றது.

வடநூற்களில் நீளாதேவி என்று குறிப்பிடபபடும் பிராட்டியே, கிருஷ்ணாவதாரத்தில் நப்பின்னையாக ஆயர் குலத்தில் அவதரித்ததாகக் கூறுகின்றனர். ஏழு காளைகளை அடக்கிக் கண்ணன் அவளை மணம் முடித்ததாகத் தமிழ் இலக்கியங்களும் கூறுகின்றன.

ஆண்டாள் இப்பிரபந்தத்தில்,

"நந்த கோபாலன் மருமகளே நப்பின்னாய்!"

- *(0491)*

"கொத்தலர் பூங்குழல் நப்பின்னை"

- *(0492)*

"செவ்வாய் சிறுமருங்குல் நப்பின்னை"

- *(0493)*

என மூன்று இடங்களில் இப்பிராட்டியைக் குறிப்பிடுகின்றாள்.

பிராட்டியை முன்னிட்டுப் பெருமானை அடைய வேண்டும் என்பது வைணவம் வற்புறுத்தும் நெறியாகும். பரமபதத்தில் இலக்குமிக்கும், வராக அவதாரத்தில் பூமிப் பிராட்டிக்கும், கிருஷ்ணாவதாரத்தில் நப்பின்னைக்கும் ஏற்றம் அதிகம். அதனால் நப்பின்னையை ஆண்டாள் எழுப்புகின்றாள்.

நப்பின்னையையும், கண்ணனையும் மறுபடியும் துயில் உணர்த்துவதாக உள்ள பாசுரம்

"குத்து விளக்கு எரியக் கோட்டுக்கால் கட்டில் மேல்
மெத்தென்ற பஞ்ச சயனத்தின் மேல் ஏறிக்,
கொத்து அலர் பூங்குழல், நப்பின்னை கொங்கை மேல்,
வைத்துக் கிடந்த, மலர் மார்பா! வாய் திறவாய்;
மைத்தடங் கண்ணினாய்! நீ உன் மணாளனை
எத்தனை போதும், துயில் எழ ஒட்டாய் காண்,

எத்தனையேலும் பிரிவு ஆற்றகில்லாயால்,
தத்துவம் அன்று, தகவு - ஏலோர் எம்பாவாய்."
- (19 / 0492)

குத்துவிளக்குகள் நாற்புறமும் எரிந்து கொண்டிருக்க, யானைத் தந்தங்களினால் அமைந்த கால்களை உடைய கட்டிலில், மென்மையான பஞ்சாலாகிய மெத்தையின் மீது ஏறிக், கொத்து மலர் அணிந்த கூந்தலாள் நப்பின்னையின் கொங்கைகளைத், தன் மேல் வைத்துக் கொண்டு உறங்குகின்ற பரந்த மார்பை உடையவனே! கண்ணா! வாய் திறந்து ஒரு வார்த்தை சொல்க. மைதீட்டிய பெரிய கண்களை உடைய வளே! நப்பின்னையே! நீ உன் கணவனை எவ்வளவு நாழிகை ஆனாலும், உறக்கத்தினின்றும் உணர்ந்து எழச் சம்மதியாது இருக்கின்றாய். ஒரு நொடிப்பொழுதும் கண்ணனைப் பிரியப் பொறுக்கும் வல்லமையற்று இருக்கிறாய். நீ இப்படி இருப்பது உன் குணத்துக்கும், செயல்பாட்டிற்கும் தகுதியன்று.

முந்தைய பாடலில் நப்பின்னையை எழுப்பினார்கள். அவளை எழும்பிப் போகவிடாமல், கண்ணன் தடுத்து விட்டான். அதனால் ஆய்ச்சியர் மீண்டும் கண்ணனைக் கூப்பிடுகின்றார்கள். நப்பின்னையின் விருப்பத்திற்கு இணங்கி, அவன் வாய் திறவாமல் இருக்க, இவர்கள் கண்ணனை எழுப்புமாறு மீண்டும் நப்பின்னையை வேண்டுகிறார்கள்.

நப்பின்னைப் பிராட்டியிடம், கண்ணனுக்குத் தங்களிடத்துக் கருணை வரும்படிப் பரிந்துரைக்க ஆய்க்குலத்துச் சிறுமியர்கள் வேண்டுகின்றார்கள். இதனைப் புருஷகாரம் என்று கூறுவது மரபு. பக்தர்களுக்கு ஒரு துன்பம் வந்தால், பிராட்டி எப்போதும் பொறுக்க மாட்டாள். பெருமானிடம் அந்த அடியவர்க்கு உதவி செய்யப் பிராட்டி வேண்டுவாள். ஆண்டாள் அந்த அடிப்படையில் பிராட்டியை முன்னிட்டுப் பெருமானைப் பற்றுகின்றாள் என்கின்றனர்.

'தத்துவம் அன்று தகவு' – தத்துவத்தைப் "புருஷகார பாவம்" என்றும், தகவு என்பதனைக் "க்ருபை" என்றும் பெரியோர்கள் கூறுகின்றார்கள்.

இப்போதே எம்மை நீராட்டு என்று நப்பின்னையையும், அதற்குமுன் கண்ணனையும் துயில் எழுப்புவதாக இப்பாசுரம் உள்ளது

"முப்பத்து மூவர் அமரர்க்கு முன் சென்று,
கப்பம் தவிர்க்கும் கலியே! துயில் எழாய்!
செப்பம் உடையாய்! திறல் உடையாய்! செற்றார்க்கு
வெப்பம் கொடுக்கும் விமலா! துயில் எழாய்;
செப்பு அன்ன மென்முலைச், செவ்வாய்ச் சிறு மருங்குல்,
நப்பின்னை நங்காய்! திருவே! துயில் எழாய்;
உக்கமும், தட்டொளியும் தந்து உன் மணாளனை
இப்போதே, எம்மை நீர் ஆட்டு - ஏலோர் எம்பாவாய்."
- (20 / 0493)

முப்பத்து முக்கோடி தேவர்களுக்கும் துன்பம் வரும் முன்பே அங்குப் போய், அவர்களின் நடுக்கத்தைப் போக்குகின்ற மிடுக்கு உடையவனே! கண்ணனே! நித்திரை நீங்கி எழுந்தருள்க. அடியவர்களைக் காக்கும் நேர்மை உடையவனே! பகைத்தவர்களுக்குத் துன்பத்தைத் தரும் குற்றமற்றவனே! துயில் எழுக! பொற்கலசங்களைப் போன்ற கொங்கைகளையும், சிவந்த வாயினையும், சின்ன இடையையும் உடைய நப்பின்னைப் பிராட்டியே! திருமகளே! துயில் நீக்கி எழுந்திருப்பாயாக. நோன்புக்கு வேண்டிய ஆலவட்டத்தையும் (விசிறி), கண்ணாடியையும் தந்து, உன் மணாளன் கண்ணனையும் எங்களுக்குக் கொடுத்து, இப்போதே எங்களை நீராடச் செய்வாயாக.

முந்தைய பாசுரத்தில் (0492) ஆயர்குலச் சிறுமியர், தம் ஆத்திரம் தோன்ற, நப்பின்னையைக் குறைகூறத் துணிந்தார்கள். பிராட்டிக்கு அதில் வருத்தம் ஒன்றும் இல்லை. பெருமானின் திருஉள்ளத்தை அறிந்து, விண்ணப்பம் செய்ய வேண்டும் என்றுதான், அவள் பேசாமல் இருந்தாள். இக்கன்னிப் பெண்கள் ஆத்திரமாக மீண்டும் கண்ணனை எழுப்பிப் பார்ப்போமே என்று கருதுகின்றார்கள். கண்ணன் வாய் திறக்கவில்லை. நப்பின்னைப் பிராட்டியை நாம் குற்றம் சொன்னதாலேயே, கண்ணனுக்குக் கோபம் வந்திருக்க வேண்டும். அதனால் அதை மாற்ற, அவளைப் புகழ்ந்தால்

போதும், அவனுக்கு மகிழ்ச்சி தோன்றிவிடும் என்று இவர்கள் கருதுகின்றார்கள். எனவே மீண்டும் நப்பின்னையைப் புகழ்ந்து, அவளின் மூலமாகவே தங்களின் விருப்பத்தை நிறைவேற்ற இவர்கள் அடுத்த முயற்சி செய்கின்றனர். இவ்வாறு பெரியோர்கள் இப்பாசுரத்திற்கு விளக்கம் கூறுகின்றார்கள்.

கப்பம் தவிர்க்கும் – நடுக்கத்தைத் தடுக்கின்ற; கலியே – மிடுக்குள்ள கண்ணனே; திருவே – பெரிய பிராட்டியாகிய மகாலெட்சுமியைப் போன்றவளே; உக்கமும் தட்டொளியும் தந்து – எங்களின் நோன்பிற்கு வேண்டிய விசிறியையும், கண்ணாடியையும் தந்து.

நப்பின்னைப் பிராட்டி எழுந்து வந்து, நாம் எல்லோரும் சேர்ந்து கண்ணனை வேண்டிக் கொள்வோம் என்று சொல்ல, அனைவரும் சேர்ந்து கண்ணனைத் துயில் உணர்த்துவதாக இப்பாசுரம் உள்ளது.

"ஏற்றக் கலங்கள் எதிர் பொங்கி மீது அளிப்ப
மாற்றாதே பால் சொரியும், வள்ளல் பெரும் பசுக்கள்
ஆற்றப் படைத்தான் மகனே! அறிவுறாய்;
ஊற்றம் உடையாய்! பெரியாய்! உலகினில்
தோற்றமாய் நின்ற சுடரே! துயில் எழாய்;
மாற்றார் உனக்கு வலி தொலைந்து, உன் வாசற் கண்
ஆற்றாது வந்து, உன் அடி பணியுமா போலே
போற்றி யாம் வந்தோம், புகழ்ந்து - ஏலோர் எம்பாவாய்."
- (21 / 0494)

பாலுக்கு ஏந்திய பாத்திரங்கள் நிறைந்து பொங்கி வழியும்படி, இடைவிடாமல் பாலைச் சுரக்கின்ற, கொடைக்குணம் மிக்க பெரிய பசுக்களை மிகுதியாக உடைய, நந்தகோபரது மகனே! எழுந்திருப்பாய்! வேதங்களில் ஊன்றி இருப்பவனே! அவ்வேதங்களினாலும் காணமுடியாத பெருமை வாய்ந்தவனே! ஒளி உடையவனே! உறக்கம் நீங்கி எழுந்திருப்பாயாக. பகைவர்கள் உன் வலிமையைக் கண்டு அஞ்சித் தங்களது வலிமை குலைந்து, தங்கள் எளிமையை எண்ணி ஆற்றாதவர்களாய், உன் திருவடிகளில் பணிவது போல், நாங்களும் உன்னைத் துதித்து உனக்குப் பல்லாண்டு பாடி வந்தோம்.

ஊற்றம் உடையாய் என்பதற்கு, அடியாரைக் காப்பதில் அக்கறை உடையவனே என்றும் பொருள் கூறுவதுண்டு.

'ஏற்ற கலங்கள் எதிர் பொங்கி மீது அளிப்ப' – 'கலமிடாதோர் தாழ்வே; இட்ட கலங்கள் எல்லாம் நிறையும்; ஏலாத கலங்கள் நிறையாது ஒழிகிறது பாலின் குறையன்றே' இவ்வாறு உரையரசர் பெரியவாச்சான் பிள்ளை நயவுரை தருகின்றார். மேலும், இப்பசுக்கள் கிருஷ்ண ஸ்பரிசத்தாலே வளருகையாலே, கண்ணனது அருளை நினைவு ஊட்டுகின்றன. ஆசைப்படாதவர்களின் குற்றமே அல்லது, கண்ணனின் அருளுக்குக் குறைவு இல்லையே என்றும் அவர் கூறுகின்றார்.

இந்தப் பெரும் பசுக்கள் நல்ல ஆசிரியர்களுக்கு அறிகுறி. ஏற்ற கலங்கள், உபதேசத்திற்குப் பாத்திரமான சீடர்களுக்கு அறிகுறி என்றும் சொல்வதுண்டு.

மாற்றார்கள் உனக்குத் தோற்று உன் வாசற்கண் ஆற்றாது வந்து உன் அடி பணிகிறார்கள். கண்ணா! நாங்கள் உன் அழகுக்கும், இரக்கத்திற்கும் தோற்று உன்னிடம் வந்துள்ளோம் என்பவற்றைப் "போற்றி யாம் வந்தோம்" என்பதனால் இப்பெண்கள் உணர்த்துகின்றார்கள்.

கண்ணன் மெள்ள மெள்ளக் கடாட்சிக்க வேண்டும் என்று பிராத்தித்தலாக இப்பாசுரம் உள்ளது.

"அங்கண் மாஞாலத்து அரசர் அபிமான
பங்கமாய் வந்து, நின் பள்ளிக்கட்டிற் கீழே,
சங்கம் இருப்பார் போல், வந்து தலைப் பெய்தோம்,
கிங்கிணி வாய்ச் செய்த தாமரைப் பூப்போலே
செங்கண் சிறுச்சிறிதே, எம்மேல் விழியாவோ?
திங்களும் ஆதித்தியனும் எழுந்தாற் போல்,
அங்கண் இரண்டும் கொண்டு எங்கள் மேல் நோக்குதியேல்,
எங்கள் மேல் சாபம், இழிந்து - ஏலோர் எம்பாவாய்."

- (22 / 0495)

அழகிய பெரிய உலகை ஆண்ட அரசர்கள், தாமே பெரியவர் என்ற எண்ணத்தை விட்டுவிட்டு, உன் அரியணையின் கீழே திரள்திரளாகக் கூடி இருப்பது போல்,

நாங்களும் எங்கள் செருக்கை விட்டுவிட்டு வந்து நிற்கின்றோம். கண்ணா! கிண்கிணி மணியின் வாய்ப்புறம் போலச், சிறிது சிறிதாக மலர்கின்ற செந்தாமரைக் கண்கள் கொஞ்சம் கொஞ்சமாக எங்கள் மேல் விழித்தலாகாதோ? சந்திரனும் சூரியனும் ஒருசேரத் தோன்றியது போல், கருணையையும், சீற்றத்தையும் ஒருங்கே கொண்ட உன் அழகிய திருக் கண்களால் எங்களை நோக்குவாயாகில், எங்களின் பாவங்கள் எல்லாம் நீங்கும்.

அபிமான பங்கமாய் வந்து – நமக்கு மேற்பட்டவர் இல்லை என்ற செருக்கை அடக்கிவைத்து; சங்கம் இருப்பார் போல் – திரள் திரளாக வந்திருப்பது போல்; கிங்கிணி – வாய்ப்பக்கம் கொஞ்சம் திறந்த ஒருவகைச் சதங்கை.

செங்கண் சிறுச் சிறிதே எம்மேல் விழியாவோ – காதலாகிக், கசிந்து, சிவந்த கண்கள் சிறிது சிறிதாக எங்கள் மேல் விழிக்கலாகாதோ? அவனுடைய முழுமையான அருளொளியை இவர்களால் தாங்கிக்கொள்ள முடியாது. அதனால் இச்சிறுமியர் சிறிது சிறிதாகத் தங்களுக்கு அருள வேண்டும் என்று வேண்டுகின்றனர்.

"கோடை ஓடின பயிரிலே ஒரு பாட்டம் மழை வர்ஷியாதோ? (பொழியாதோ) என்னுமாய்ப் போலே" என்பது பெரிவாச்சான் பிள்ளையின் வியாக்கியானமாகும்.

சிங்காதனத்தில் வீற்றிருந்து, விண்ணப்பம் கேட்பாய் என்று கண்ணனை நோக்கி வேண்டுவது இப்பாசுரம்

"மாரி மலை முழைஞ்சில், மன்னிக் கிடந்து உறங்கும்
சீரிய சிங்கம், அறிவுற்றுத் தீ விழித்து
வேரி மயிர் பொங்க, எப்பாடும் பேர்ந்து உதறி,
மூரி நிமிர்ந்து, முழங்கிப் புறப்பட்டுப்,
போதருமா போலே, நீ பூவைப் பூவண்ணா! உன்
கோயில் நின்று, இங்ஙனே போந்தருளி, கோப்பு உடைய
சீரிய சிங்காசனத்து இருந்து, யாம் வந்த
காரியம் ஆராய்ந்து, அருள் - ஏலோர் எம்பாவாய்."

- (23 / 0496)

மழைக்காலத்தில் மலைக்குகையில் பொருந்தி உறங்கும் பீடுடைய சிங்கம், உறக்கம் தெளிந்து, பிற விலங்குகள் அஞ்சுமாறு தீப்பொறிகள் பறக்க விழித்துப், பிடரி மயிர் சிலிர்க்கும்படி எல்லாத் திசைகளிலும் புடை பெயர்ந்து, உடம்பை உதறி, பெருமை தோன்ற நிமிர்ந்து, கர்ச்சித்துக் குகையிலிருந்து வெளிப்பட்டு வருவது போல், காயாம்பூவின் நிறத்தை உடைய கண்ணனே! நீ உன் இருப்பிடத்திலிருந்து புறப்பட்டு, நாங்கள் இருக்கும் இவ்விடத்திற்கு அருள் கொண்டுவந்து, சீர்மிகு அரியணையில் வீற்றிருந்து, நாங்கள் வந்திருக்கும் காரியத்தை ஆராய்ந்து நிறைவேற்றி அருள வேண்டும்.

சிங்கத்தின் கம்பீரமானத் தோற்றமும், புறப்பாடும் முதல் பகுதியில் ஆண்டாளால் சுவையாகச் சொல்லப்பட்டுள்ளன.

தங்களின் ஆண் சிங்கம் (கண்ணன்), ராஜ சிங்கம் போல் நடையழகு காட்டி நடந்து வந்து சீரிய சிம்மாசனத்தில் வீற்றிருந்து, தாங்கள் வந்த காரணத்தை எல்லோரும் அறியக் கேட்டறிந்து, அருள் செய்ய வேண்டும் என்று இவர்கள் வேண்டுகின்றார்கள். கண்ணனின் நடையழகைக் காண ஆயர்குலச் சிறுமியர் ஆசைப்பட்டு இப்படிக் கேட்கின்றனர்.

முழைஞ்சில் – குகை; மன்னி – பேடையுடன் பொருந்தி; மூரி – சோம்பல் முறித்து.

இப்பாசுரத்தைச் "சிங்கப் பாட்டு" என்றும் குறிப்பிடு கின்றனர். மழைக்காலத்தில் குகையில் படுத்த நிலையிலிருந்த சிங்கம் எழுந்து, இருப்பிடத்திலிருந்து புறப்பட்டு வெளியே வருவதை அற்புதமாக ஆண்டாள் சித்தரிப்பதால் இதனைச் சிங்கப்பாட்டு என்று சொல்லும் வழக்கம் ஏற்பட்டது.

முன்பு மழைக்காலத்தில் போர்கள் நடைபெறாது. அதனால் அக்காலகட்டத்தில் அரசர்கள் தம் தேவியரோடு கூடி மகிழ்ச்சியோடு இருப்பார்கள். அதைப்போல் காட்டில் வாழும் கொடிய விலங்குகளும், வெளியே செல்லாமல் தம் துணையோடு மகிழும் காலம் இந்த மழைக்காலமாகும். இவ்வாறு மகிழ்ந்த ஆண் சிங்கம் குகையிலிருந்து வெளியே வருகின்றது. அதைப் போல் கண்ணன் படுக்கையறையிலிருந்து

வெளியே வரவேண்டும் என்று ஆண்டாள் ஆசைப்பட்டு வேண்டுகின்றாள்.

கண்ணனின் நடையழகும் வடிவழகும் கண்டு, செயல் மறந்து வாழ்த்திப் பின்பு வேண்டுகோளைத் தெரிவித்தலாக உள்ள பாசுரம் இது.

"அன்று இவ்வுலகம் அளந்தாய்! அடி போற்றி!
சென்று அங்குத் தென்னிலங்கை செற்றாய்! திறல் போற்றி!
பொன்றச் சகடம் உதைத்தாய்! புகழ் போற்றி!
கன்று குணிலா எறிந்தாய்! கழல் போற்றி!
குன்று குடையா எடுத்தாய்! குணம் போற்றி!
வென்று பகை கெடுக்கும், நின் கையில் வேல் போற்றி!
என்று என்று உன் சேவகமே ஏத்திப், பறை கொள்வான்
இன்று யாம் வந்தோம், இரங்கு - ஏலோர் எம்பாவாய்."

- (24 / 0497)

உலகங்களை எல்லாம் அளந்தவனே! உன் திருவடிகள் வாழ்க! தென் இலங்கைக்குச் சென்று அழித்தவனே! உன் தோள் வலிமை வாழ்க! சகடாசுரனை அழியும்படி உதைத்தவனே! உன் புகழ் வாழ்க! கன்றின் வடிவாய் வந்த வத்சாசுரனை எறிதடியாகக் கொண்டு, விளங்கனி வடிவாய் வந்த கவித்தாசுரன் மேல் வீசியவனே! உன் திருவடிகள் வாழ்க! கோவர்த்தன மலையைக் குடையாகப் பிடித்தவனே! உன் இரக்கக் குணம் வாழ்க! பகைவர்களை வென்று அழிக்கும் உன் கையிலுள்ள வேல் வாழ்க! இவ்வாறு உன் வீரவரலாறு பலவற்றையும் பாராட்டி, நோன்புக்கு வேண்டிய பறையை உன்னிடம் பெற்றுக்கொள்ள வந்துள்ளோம். கண்ணா! மனம் இரங்குவாய்.

திருப்பாவையின் மங்களாசாசனப் பாசுரமாக இப்பாடல் கொண்டாடப்படுகின்றது. தந்தைப் பெரியாழ்வாரைப் போல் மகள் ஆண்டாளும் பெருமானுக்கு இப்பாசுரம் வழி பல்லாண்டு பாடுகின்றாள்.

அன்று இவ்வுலகம் அளந்தாய் அடி போற்றி – ஆண்டாள் இப்பிரபந்தத்தில் வாமனாவதாரத்தை மூன்று இடங்களில் குறிப்பிடுகின்றாள். 'ஓங்கி உலகளந்த உத்தமன்'

(3) என்றும், 'அம்பரம் ஊடறுத்து ஓங்கி உலகளந்த உம்பர் கோமானே' (17) என்றும் இரண்டிடங்களில் குறிப்பிட்ட ஆண்டாள், இப்போது மூன்றாம் முறையாக இங்கு அதனைக் கூறுகின்றாள்.

கண்ணன் இவர்களின் வேண்டுகோளுக்கு இணங்கத், தன் சீலம் தோன்ற, வடிவழகு விளங்கச், சில அடிகள் நடந்து வருகின்றான். இப்படிக் கண்ணனைத் திருவடிச்சிவக்க நடக்க வைத்து விட்டோமே என்று பதறிய இவர்கள், அவனின் திருவடிகளுக்குப் பல்லாண்டு பாடுகிறார்கள்.

கண்ணனின் அழகுக்கு இலக்காகும்போது தாங்கள் வந்த நோக்கம் கூட இவர்களுக்கு அவ்வளவு முக்கியமாகத் தோன்ற வில்லை. அதனால் அதை இறுதியில், பறை கொள்வான் யாம் வந்தோம் என்று கூறுகின்றார்கள்.

தென் இலங்கை செற்றாய் – வாமனாவதாரத்தின் போது இருந்த இடத்திலிருந்தே பெருமான் உலகை அளந்தான். ஆனால் இராமாவதாரத்தின் போது அதே திருவடிகள் பதினான்கு ஆண்டுகள் காட்டிலும் மேட்டிலும், கல்லிலும் முள்ளிலும் நடந்தன. இராவணன் இருந்த இலங்கைக்கே சென்று அவனை அழித்த பெருமானின் வீரத்தை அவள் இப்போது போற்றுகின்றாள்.

அழகுக்கு இலக்கு ஆகாதவரை அம்புக்கு இலக்கு ஆக்கிய கண்ணனின் திறலை இவர்கள் போற்றுகின்றார்கள். அன்புக்கு இலக்கு ஆகுங்கள் அல்லது அம்புக்கு இலக்கு ஆவீர்கள் என்று பெருமானின் அழகு பறை சாற்றுவது போல் உள்ளது என்று பழைய உரையாசிரியர் கூறுகின்றார்.

வென்று பகை கெடுக்கும் நின் கையில் வேல் போற்றி – இங்கே வேல் என்றது பெருமானின் சக்கராயுதத்தை ஆகும் என்பர். அவனின் சக்கராயுதம் எவ்வடிவும் எடுக்க வல்லது என்றும், அதனால் ஆண்டாள் இப்படிக் கூறுவதாகவும் கூறுகின்றனர். 'கூர்வேல் கொடுந்தொழிலன் நந்த கோபன்' என்று முதல் பாசுரத்தில் குறிப்பிட்ட ஆண்டாள், அவன் மகன் கையிலும் வேலைக் கொடுத்து அழகு பார்க்கின்றாள் எனலாம்.

உலகளந்த திருவடிகள் வாழ்க. இலங்கைக்கு நடந்து சென்ற திருப்பாதங்கள் வாழ்க. சகடாசுரனை உதைத்து அழித்த பொன்னடிகள் வாழ்க. கன்று குணிலா எறிந்த திருவடிகள் வாழ்க. குன்றைக் குடையாகப் பிடித்து ஆயர்களையும் ஆனிரைகளையும் காப்பாற்றிய இரக்கக் குணம் வாழ்க. பகை கெடுக்கும் கண்ணனின் கையிலுள்ள வேல் வாழ்க. இவ்வாறு இவர்கள் போற்றி, போற்றி என்று மனமார ஆறுமுறைக் கண்ணனுக்கு மங்களாசாசனம் செய்கின்றார்கள்.

இதனை "இவர்கள் நாக்குக்கு இடும் ஷட்ரசம் (அறுசுவை) இருக்கிறபடி" என்று உரையரசர் வியாக்கியானம் அருள்கின்றார். கண்ணனின் அழகைத் தங்களின் நாக்குக்கு இவ்வண்ணம் இவர்கள் அறுசுவை விருந்தாக்குகின்றார்கள்.

எங்களுக்கு நன்மை தரவேண்டும், மங்களம் தரவேண்டும் என்று கேட்டு வந்தவர்கள், இப்போது அவற்றை எல்லாம் மறந்துவிட்டு, அவனுக்கு மங்களம் உண்டாக வேண்டும் என்று வேண்டுகிறார்கள்.

இதைப் போன்ற வணக்கப் பாட்டுத் திருவெம்பாவை யிலும் உள்ளது. அதனைக் காண்போம்.

"போற்றி அருளுக நின் ஆதியாம் பாதமலர்
போற்றி அருளுக நின் அந்தமாம் செந்தளிர்கள்
போற்றி எல்லா உயிர்க்கும் தோற்றமாம் பொற்பாதம்
போற்றி எல்லா உயிர்க்கும் போகமாம் பூங்கழல்கள்
போற்றி எல்லா உயிர்க்கும் ஈறாம் இணையடிகள்
போற்றி மால் நான்முகனும் காணாத புண்டரிகம்
போற்றியாம் உய்ய ஆட்கொண்டருளும் பொன்மலர்கள்
போற்றியாம் மார்கழி நீராடு ஏலோர் எம்பாவாய்."

-(20 / 174)

இப்பாடல் திருவெம்பாவையின் இறுதிப் பாடலாகும் (20). இப்போற்றிப் பாடலோடு மாணிக்கவாசகர் நூலை நிறைவு செய்கின்றார். இதில் பாடியவரின் பெயர், நூற்பயன் முதலியவற்றை அவர் கூறவில்லை. ஆனால் ஆண்டாள் திருப்பாவையின் இறுதிப் பாசுரத்தைத் (30) திருநாமப் பாட்டாக அமைத்துள்ளாள்.

ஆண்டாள் போற்றி என்பதை ஒவ்வொரு அடியின் இறுதியிலும் வைத்துள்ளாள். ஆனால் மாணிக்கவாசகர் அதனை ஒவ்வொரு அடியின் ஆரம்பத்திலும் வைத்துள்ளார்.

பறை தா என்பதை வியாஜமாகக் (போலி) கொண்டு எங்களை அங்கீகரித்து அருள வேண்டும் என்று இவர்கள் வேண்டுவதாக இப்பாடல் அமைந்துள்ளது.

"ஒருத்தி மகனாய்ப் பிறந்து, ஓர் இரவில்
ஒருத்தி மகனாய், ஒளித்து வளரத்,
தரிக்கிலான் ஆகித், தான் தீங்கு நினைந்த
கருத்தைப் பிழைப்பித்துக் கஞ்சன் வயிற்றில்
நெருப்பு என்ன நின்ற நெடுமாலே! உன்னை
அருத்தித்து வந்தோம்; பறை தருதியாகில்,
திருத்தக்க செல்வமும், சேவகமும் யாம் பாடி,
வருத்தமும் தீர்ந்து, மகிழ்ந்து - ஏலோர் எம்பாவாய்."

-(25 / 0498)

கண்ணா! ஓர் இரவில் தேவகிக்கு மகனாய்ப் பிறந்தாய். அதே இரவில் யசோதைக்குப் பிள்ளையாய் மறைந்து வளர்ந்தாய். இதைப் பொறுக்காத கம்சன் உனக்குத் தீங்கு செய்ய நினைத்தான். அவன் எண்ணத்தை அழித்து அவன் வயிற்றில் நெருப்புக்குச் சமமாக அச்சத்தை உண்டாக்கினாய். திருமாலே! எங்கள் குறை தீரும்படி உன்னை வாழ்த்திப் பாடி வந்தோம். நாங்கள் விரும்பிய பயனைத் தருவாயானால், திருமகளும் விரும்பத்தக்க உன் செல்வத்தையும், உன் வீரத்தையும் நாங்கள் பாடி, உன்னைப் பிரிந்து படுகின்ற துயரும் நீங்கப் பெற்று மகிழ்ந்திருப்போம்.

ஆகக் கண்ணனைக் கண்ணாரக் காணவும், அவன் திருநாமங்களை நெஞ்சு நிறை மகிழ்ச்சியோடு சொல்லவும், ஒரு வாய்ப்பாகப் பாவை நோன்பை இப்பாவையர் நோற்கின்றார்கள் எனலாம்.

அருத்தித்து – உன்னை வேண்டி; பறை தருதியாகில் – எங்கள் வேண்டுகோளைத் தந்தருள்வாயானால்; திருத்தக்க செல்வமும், சேவகமும் யாம் பாடி – திருமாமகளாகிய பிராட்டிக்குத் தக்க உனது செல்வத்தையும்,

வீரபராக்கிரமத்தையும் நாங்கள் பாடி; வருத்தமும் தீர்ந்து மகிழ்ந்து – உன்னைப் பிரிந்து படும் வருத்தமும், குளிரிலே வந்த வருத்தமும் நீங்கி, மகிழ்ச்சி அடைவோம்.

ஒருத்தி – ஒப்பற்றவள். கண்ணனைப் பெற்ற ஒப்பற்ற பேறு பெற்றவள் தேவகி, வளர்த்த ஒப்பற்ற பேறு பெற்றவள் யசோதை.

கஞ்சன் வயிற்றில் நெருப்பென்ன – கம்சனால் துன்புறுத்தப்பட்ட ஏழைமக்களின் வயிற்றில் இருந்த நெருப்பை எல்லாம் வாரிக் கஞ்சன் வயிற்றில் எறிந்தது கிருஷ்ண சக்தி என்று ஆண்டாள் குறிப்பிடுவதாக வியாக்கியானம் கூறுகின்றது.

திருத்தக்க செல்வம் – லட்சுமிபதியாக இருக்கும் செல்வம்; திருமகளும் விரும்பத்தக்க செல்வம் என்றும் பொருள்.

இப்பாசுரத்தில் "ஒருத்தி மகனாய்", "ஓர் இரவில்" என்றெல்லாம் ஆண்டாள் கூறுகின்றாள். கண்ணனின் ஊரும் பெயரும், பிறந்த நாளும், பெற்றோர் பெயரும் தெரிந்தால் பகைவர்களால் அவனுக்கு ஏதாவது தீங்கு வரும் என்பதாலும் பகைவர்கள் அவனுக்கு ஏதாவது வேள்வி, மந்திர மாயம் செய்துவிடுவார்கள் என்பதாலும்தான் அவள் சொல்ல வில்லை. பெரியாழ்வாரும் கண்ணன் "அத்தத்தின் பத்தாம் நாள்" *(28 / 1:2:6)* பிறந்ததாகக் கூறுகின்றார். அவன் பிறந்த நட்சத்திரத்தை மறைத்து அவர் கூறுகின்றார். அதைப்போல் மகள் ஆண்டாளும் கூறுகின்றாள். இவ்வாறு இதற்குப் பெரியவாச்சான் பிள்ளை நயவுரை கூறுகின்றார்.

ஓர் இரவில் – அந்த ஒப்பற்ற இரவில், ஒப்பற்ற நிகழ்ச்சிகள் பல நடந்தேறின. கண்ணன் கோகுலாஷ்டமியன்று நள்ளிரவில் சிறையினுள் அவதரித்தான். கண்ணன் தன் சுயவடிவோடு நான்கு திருக்கரங்களுடனும், சங்கு சக்கரம் முதலியவற்றோடும் காட்சியளித்தான். பெருமானைப் பிள்ளையாகப் பெற்ற பேறு பெற்ற பெற்றோர் இவற்றையெல்லாம் மறைத்துக்கொள் என்று வேண்டியவுடன், பரமன் எல்லாவற்றையும் மறைத்துக் கொண்டான். இராமன் வளர்ந்தபின் தந்தையின் சொற்கேட்டுக் கானகம் சென்றான். கண்ணனோ, பிறந்த

உடனேயே பெற்றோரின் சொற்களைக் கேட்டுத் தன்னை மாற்றிக் கொண்டான். வாசுதேவர் அந்த நள்ளிரவில் சிறையிலிருந்து வெளியே வந்து, தன் நண்பர் நந்தகோபரிடம் குழந்தையைக் கொடுத்துவிட்டு, அவரின் பெண் குழந்தையைச் சிறைக்குக் கொண்டு வந்தார். இத்தனையும் ஒப்பற்ற அந்த இரவில் நடந்தன. அதனால்தான் ஆண்டாள் 'ஓர் இரவில்' என்று கூறுகின்றாள் என்று உரையரசர் கூறுகின்றார்.

'பறை' என்பதில் மறைபொருளாகக் கண்ணனைப் பெறுவது இருந்தாலும், அதை வெளியே சொல்லாமல் அவனுடைய செல்வத்தையும், வீரச்செயல்களையும் பாடி வந்தோம் என்று இவர்கள் கூறுகின்றார்கள். கண்ணனை வேண்டி ஏதாவது பயன்களைப் பெறுவதைவிட, கண்ணனைப் பெறுவதே ஒப்பற்ற பேறு என்ற தங்களின் இலட்சியத்தையும் குறிப்பாக அவர்கள் உணர்த்தி விடுகின்றார்கள்

'பறை பறை' என்று சொல்லிக் கொண்டு, உன்னைக் காண வந்தோம் என்று இவர்கள் கண்ணனிடம் கூறுகின்றார்கள்.

நோன்பிற்கு வேண்டிய உபகரணங்களை வேண்டிக் கொள்வதாக அமைந்த பாசுரம்

"மாலே! மணிவண்ணா! மார்கழி நீராடுவான்
மேலையார் செய்வனகள், வேண்டுவன கேட்டியேல்,
ஞாலத்தை எல்லாம் நடுங்க முரல்வன
பால் அன்ன வண்ணத்து, உன் பாஞ்சசன்னியமே,
போல்வன சங்கங்கள், போய்ப்பாடு உடையனவே;
சாலப் பெரும் பறையே, பல்லாண்டு இசைப்பாரே,
கோல விளக்கே, கொடியே, விதானமே;
ஆலின் இலையாய்! அருள் - ஏலோர் எம்பாவாய்."

- (26 / 0499)

அடியாரிடம் விருப்பம் உடையவனே! நீலமணி போன்ற நிறம் உடையவனே! ஆலிலையில் உலகங்களை வயிற்றில் ஒடுக்கிக் கண் வளர்ந்த பெருமானே! பெரியோர்கள் முறையாகச் செய்யும் மார்கழி நீராடுவதற்கு, வேண்டியவற்றைக்

கேட்பாயானால் சொல்கின்றோம். பகைவர் நடுங்கும்படி ஒலிக்கின்ற பேரோசை உடைய பால் போன்ற நிறமுடைய உனது பாஞ்சசன்னியம் என்னும் சங்கை ஒத்த சங்கங்கள் தேவை. மிகப் பெரிய பறைகள் தேவை. திருப்பல்லாண்டு பாடுவோர் தேவை. அழகிய மங்கல விளக்குகளும், கொடிகளும், மேற்கட்டி முதலியவற்றையும் தந்து அருள்வாயாக.

'உன்னை அருத்தித்து வந்தோம்' (0498) என்று சொல்லி விட்டுப் 'பறை தருதியாகில்' (0498) என்றும் கண்ணனிடம் இவர்கள் முந்தைய பாசுரத்தில் சொன்னார்கள். அதற்குக் கண்ணன், என்னையே என்னிடம் யாசித்து வருகின்றவர், அதாவது என்னை விரும்புவோர் வேறு ஒன்றையும் விரும்புவரோ? என்று ஒரு கேள்வி கேட்டதாக வைத்துக் கொண்டு, அதற்கு விடையாக அமைகின்றது இப்பாசுரம் என்று கருதலாம். கண்ணனைக் கண்ணாரக் கண்டு, அவன் திருப்பெயர்களை வாயாரச் சொல்வதற்கு ஏதுவாக இருக்கும் நோன்பிலேதான், தாங்கள் இறங்கி இருப்பதாகவும், அந்த நோன்பிற்கு உரிய உபகரணங்களைத் தாங்கள் விரும்புவதும், கண்ணன் மீதுள்ள விருப்பத்தினாலேதான் என்றும் விடை கூறுகிறார்கள். இவ்வாறு இப்பாசுரத்திற்குப் பெரியோர் விளக்கம் கூறுகின்றனர்.

கண்ணனின் மேன்மைகளையும் சிறப்புக்களையும் கருத்தில் கொண்டு இவர்கள் அவனை 'மாலே' என்று முதலில் அழைக்கின்றார்கள். 'நீ யார்' என்பது எங்களுக்குத் தெரியும் என்பதை அவனுக்கு உணர்த்த மாலே என்று இவர்கள் கூறுகின்றார்கள் எனலாம்.

கிட்டுவதற்கு எளியனாக அவன் இருப்பதால், அடுத்து 'மணி வண்ணா' என்று மனங்குளிர வாய்மணக்க இவர்கள் அவனை அழைக்கின்றார்கள்.

முதலில் பறை என்ற ஒன்றை மட்டும் கேட்டீர்கள். இப்போது வரிசையாக நிறைய பொருள்களைக் கேட்கின்றீர்கள் என்னால் தரமுடியுமா என்று கண்ணன் கேட்டான். இவர்கள் 'ஆலின் இலையாய் அருள்' என்று அதற்கு விடை கூறுகின்றார்கள். ஊழிக்காலத்தில் உலகங்களை எல்லாம்

உண்டுவிட்டு, ஒரு சின்ன ஆலிலையில் படுக்கவல்ல ஒப்பற்ற திறமை கொண்ட உனக்கு, முடியாதது என்று ஏதாவது இருக்கமுடியுமா என்பதனைக் கண்ணனுக்கு உணர்த்த ஆலின் இலையாய் என்று இவர்கள் கூறுகின்றனர்.

ஆலின் இலையாய் – ஆண்டாள் பிறந்த வில்லிபுத்தூரில் கோயில் கொண்டுள்ள, அவள் வழிபடும் பெருமானின் திருப்பெயர் வடபத்ர சாயி (ஆலிலைப் பள்ளியான்) ஆகும். அதனாலும் இவள் இப்படிக் கூறுகின்றாள். மேலும் கண்ணன் அளவற்ற சக்தி உடையவன் என்பதனை, இதன்வழி இவள் அவனுக்கு உணர்த்துகின்றாள்.

பாஞ்சசன்னியம் – பாரதப் போரின் போது கண்ணன் ஊதிய சங்கின் ஒலியைக் கேட்ட பகைவர்கள் எல்லோரும் நடுங்கினார்கள். அந்தச் சங்கை இப்போது இவள் குறிப்பிடு கின்றாள்.

ஆண்டாளுக்குப் பெருமாளின் பாஞ்சசன்னியம் என்ற சங்கின் மேல் ஈடுபாடும், காதலும் அதிகம். அந்தச் சங்கை வைத்தே 'கருப்பூரம் நாறுமோ' என்ற பதிகம் பாடிய அவள், அதைப் போன்ற சங்கை இப்போது அவனிடம் வேண்டுகின்றாள்.

மேலையார் செய்வனகள் – நம் முன்னோர் மார்கழி நீராட்ட நோன்புக்குத் தேவை என்று காலங்காலமாகப் பின்பற்றிவரும் பொருள்களைத்தாம் நாங்கள் கேட்கின்றோம். இந்த நோன்பு சாத்திரங்களில் சொல்லப்பட்டதல்ல. நம் பெரியோர் தொடர்ந்து செய்தவற்றையே, நாங்களும் செய்யப் போகின்றோம். இவ்வாறு இவர்கள் கண்ணனிடம் கூறுகின்றார்கள்.

நோன்பு நோற்கும் பெண்களின் கூட்டம் விடியற்காலை யில் வரும்போது, அதனைத் தெரியப்படுத்த சங்குகள், பறைகள், பல்லாண்டு பாடுவோர், காலை இருட்டில் நடக்க விளக்குகள், தூரத்திலிருந்து பார்ப்போருக்குத் தெரியும் வகையில் கொடிகள், பனி தலையில் விழாமல் இருக்க ஒரு மேல்விதானம் (மேற்கட்டி) முதலியவற்றை இவர்கள் கண்ணனிடம் கேட்கின்றார்கள்.

நோன்பு நோற்றபின் நாங்கள் சன்மானம் பெற்று மகிழும்படி அருள்புரிய வேண்டும் என்று வேண்டுவதாக அமைந்த பாசுரம் இது.

"கூடாரை வெல்லும் சீர்க்கோவிந்தா! உன் தன்னைப்
பாடிப் பறைகொண்டு, யாம் பெறும் சம்மானம்
நாடு புகழும் பரிசினால் நன்றாகச்
சூடகமே, தோள் வளையே, தோடே, செவிப்பூவே
பாடகமே; என்றனைய பல்கலனும் யாம் அணிவோம்;
ஆடை உடுப்போம், அதன் பின்னே பாற்சோறு
மூட நெய் பெய்து, முழங்கை வழி வாரக்
கூடி இருந்து, குளிர்ந்து - ஏலோர் எம்பாவாய்."

-(27 / 0500)

பகைவரை வெல்லும் சிறப்பு மிக்கக் கோவிந்தா! நீயும் நாங்களும் சேர்ந்திருந்து, மனம் குளிர்ந்து நாட்டிலுள்ளவர்கள் கொண்டாடுகின்ற தன்மையாகச் சூடகமும் (கைவளையும்), தோள் வளையும், காதுக்குத் தோடும், செவியில் அணியும் பூவும், காலுக்குப் பாடகமும் என்று சொல்லப்படுகின்ற ஆபரணங்களையும், நீயும் நப்பின்னைப் பிராட்டியும் அணிவிக்க, நாங்கள் இனிதாக அணிந்து கொள்வோம். அதன் பின்னர் நீங்கள் உடுத்த, இனிய பட்டாடைகளை நாங்கள் உடுத்துக் கொள்வோம். அடுத்துப் பால்சோறு மூடுமாறு நெய்யை வார்த்து, நெய் முழங்கை வழியாகப் பெருகும்படி உண்போம். இதுவரையில் பிரிந்திருந்த துயரம் தீருமாறு, நீயும் நாங்களுமாகக் கூடியிருந்து உண்டு, இன்பம் பெறுவோம். உன்னைப் புகழ்ந்து பாடி, நோன்புக்கு வேண்டிய பறையைப் பெற்றுக்கொண்டு விரதத்தை முடிப்போம். இவையே நாங்கள் அடைய விரும்பிய சன்மானங்களாகும்.

பால்சோறு மூட நெய் பெய்து – க்ஷீரான்னம் என்ற பாற்சோறு மறையும்படியாக நெய் பெய்து; சம்மானம் – வெகுமதி; சூடகம் – கைவளை; செவிப்பூ – கர்ண பத்திரம், மேல்காதில் அணிவது; பாடகம் – சிலம்பு, தண்டை.

உன்தன்னைப் பாடிப் பறை கொண்டு – உன்னைப் பாடுவதையே பயனாகப் புகழ்ந்து பாடி; விரதத்திற்கு வேண்டிய பறை பெற்று விரதத்தை நிறைவு செய்வோம்.

யாம் பெறும் சம்மானம் - நாங்கள் பெற விரும்பிய சன்மானம்.

'உன் தன்னைப் பாடி...பரிசினால்' - பாவை நோன்பு என்பது ஒரு தோற்றமே (வியாஜமே). எங்களின் நோன்பெல் லாம் உன்னைக் காண்பது, உன்னைக் கூடுவது, உன் புகழைப் பாடுவது ஆகும். இப்படிப் பாடிப் பறையைப் பெற்று (பயன் அடைந்து) நாங்கள் உன்னிடம் சம்மானம் - வெகுமதி பெறுவோம் என்று ஆயர்குலச் சிறுமியர் கூறுகின்றனர்.

மார்கழி நோன்பு நோற்ற நாள்களில் நெய்யுண்ணோம், பாலுண்ணோம் என்று உணவில் கட்டுப்பாடு விதித்துக் கொண்ட ஆயர்குலச் சிறுமியர், விரதம் நிறைவுற்றபின், கண்ணனுடன் நெய் பெய்த பால்சோறு உண்ண விரும்புகிறார்கள். நோன்பின்போது மையிட்டு எழுதோம், மலரிட்டு முடியோம் என்று தம்மை அழகு செய்வதைத் துறந்த பெண்கள், இப்போது ஆடை அணிகலன்களால் அழகு செய்ய விரும்புகின்றார்கள்.

கண்ணனும் நப்பின்னையும் உண்பிக்க உண்ணவும், அவர்கள் அழகு செய்விக்க அழகு பெறவும், இப்பெண்கள் ஆசைப்படுகின்றார்கள். விடியும் முன்பே எழுந்து பனியில் நனைந்து, வீதியில் அலைந்து வந்த ஆயர்குலச் சிறுமியர், அழகு செய்து வயிறார விருந்துண்டு, கண்ணனோடு கூடி யிருந்து அகம் குளிர்வோம் என்கின்றார்கள்.

கண்ணனோடு கூடி இருந்து குளிர வேண்டும் என்பதே இவர்களின் வேண்டுதலாகின்றது.

கூடாத பகைவரை அழித்து வெற்றிபெறும் கோவிந்தன், கூடியவரிடம் தோற்றுப் போகும் எளியவன் என்பதைக் 'கோவிந்தா' என்ற சொல்லால் ஆண்டாள் உணர்த்துகின்றாள்.

மேலும், கூடாரை (பணியாதவரை) வெல்லும் சீரை உடையவன் கண்ணன் என்றால், கூடுபவர்களுக்குத் தோற்கும் சீர்மை - பெருமை உடையவன் அவன் என்பதையும் இவர்கள் குறிப்பிடுகின்றார்கள்.

இவர்களின் அன்புக்கும் பக்திக்கும் கண்ணன் தோற்றுப் போனான். வெற்றி பெற்ற இந்த இடைச்சிறுமியருக்கு அவன் சன்மானம் தரவேண்டும். அதனை இவர்கள் கேட்கின்றார்கள்.

கோவிந்த என்பது வடமொழியில் மூன்று எழுத்துக்களை உடைய பெயராகும். கோவிந்த நாமத்தின் மேன்மையைத் தொண்டரடிப்பொடியாழ்வார் கத்திரபந்து, முற்கலன் ஆகிய இருவரின் கதை வழி *(4 / 0875, 12 / 0883)* விளக்குகின்றார். இவற்றின் வழி பெரும்பாவியையும் புனிதனாக்கும் நாமம் கோவிந்த நாமம் என்பதையும், நரகத்தையும் சொர்க்கம் ஆக்கும் திருப்பெயர் அது என்பதையும் தொண்டரடிப் பொடியாழ்வார் அழுத்தமாகக் கூறுகின்றார். இக்கருத்தையும் இங்கு நினைவில் கொள்வோம்.

பால்சோற்றைக் (க்ஷீரான்னத்தை) கண்ணனோடு கூடி இருந்து உண்ண வேண்டும் என்று இவர்கள் சொல்கின் றார்கள். பாசுரத்தில் 'உண்டு' என்றோ 'உண்போம்' என்றோ ஆண்டாள் கூறவில்லை. அதைப் படிப்போர் சேர்த்துக் கொள்ளும் வகையில் ஆண்டாள் பாடலை அமைத்துள்ளாள்.

பெருமானைக் கோவிந்தா என்று தொடர்ச்சியாக மூன்று இடங்களில் ஆண்டாள் குறிப்பிடுகின்றாள்.

"கூடாரை வெல்லும் சீர்க் கோவிந்தா"

-(27 / 0500)

"குறை ஒன்றும் இல்லாத கோவிந்தா"

-(28 / 0501)

"இற்றைப் பறை கொள்வான் அன்று காண் கோவிந்தா"
-(29 / 0502)

கோவிந்தா என்ற திருநாமத்தின் உயர் பெருமையை இவற்றின் மூலம் ஆண்டாள் அறிவுறுத்துகின்றாள் எனலாம்.

'கூடாரை வெல்லும் சீர்க் கோவிந்தா' – இதற்கு முக்கூர் லஷ்மி நரசிம்மாச்சார்யார் தரும் சிறப்பான விளக்கங்களை அடுத்துக் காண்போம்.

கோ என்றால் பர்வதம். பெருமான் பர்வதத்தைக் கூர்ம அவதாரம் செய்து தாங்கினான். அதனால் கோவிந்தன்.

கோ என்றால் பூமி. பூமியை வராஹ அவதாரம் செய்து தூக்கினான். எனவே வராஹ அவதாரத்துக்குக் கோவிந்தன் என்ற பெயர்.

கோ என்றால் அஸ்திர சாஸ்திரங்கள் என்று பொருள். விசுவாமித்திரர் அஸ்திரங்களை எல்லாம் ராமார்ப்பணம் செய்தார். விசுவாமித்திரரிடமிருந்து எல்லா அஸ்திரங்களையும் ராமன் அடைந்ததால் ராமனுக்கும் கோவிந்தன் என்று பெயர்.

கோ என்றால் பசு; பசுக்களை மேய்த்தவன் க்ருஷ்ணன். எனவே அவனுக்கும் கோவிந்தன் என்று பெயர்.

வஜ்ராயுதத்துக்குக் கோ என்று பெயர். அதை இந்திரனுக்கு அடைவித்ததால் பரமாத்மாவுக்குக் கோவிந்தன் என்று பெயர். அதனால் கூடாரை வெல்லும் சீர்க் கோவிந்தா என்கிறாள் ஆண்டாள்.

கோவிந்தா என்னும் நாமம் பரம பவித்ரமானது, புண்யமானது, மங்களமானது.

இவ்வாறு நரசிம்மாச்சார்யார் கூறுகின்றார். *(கோதையின் பாதை, பாகம் – 5, பக் 261 – 263)*

இப்பாசுரத்துக்கு அகத்துறை அடிப்படையிலும் பொருள் கூறுகின்றனர். அதைக் காண்போம். கண்ணன் காதலியை முதலில் கையால் பற்றுகின்றான். அந்தக் கைக்குச் சூடகம். பின் தோளை அவன் பற்றுகின்றான். அத்தோளுக்குத் தோள்வளை. பின் அவன் காதில் கிசுகிசுக்கின்றான். அக்காதுக்குத் தோடு. பின் தலையணை மந்திரம். அதைக் குறிப்பிடச் செவிப்பூ. பின் அவன் பிடிப்பது கால்களை. அக்கால்களுக்குப் பாடகம். இவ்வாறு பெரியோர் விளக்கம் சொல்கின்றனர்.

ஆன்மீக அடிப்படையிலும் இப்பாடலுக்கு விளக்கம் தருகின்றனர். அதைப் பார்ப்போம். வைணவர்கள் பஞ்ச சம்ஸ்காரம் என்ற ஐந்து புனித சடங்குகள் செய்து கொள்வார்கள். அவற்றைத் தொடங்கும் முன்பு அவர்கள் கையில் காப்பு, கங்கணம் கட்டுவார்கள். அதைக் குறிப்பது சூடகம். அவர்கள் தோளில் சங்குச் சக்கரங்களைத் தீயில் இட்டுப் பதித்துக் கொள்வார்கள். அதைக் குறிப்பது தோள் வளை. அவர்கள் காதில் திருமந்திர உபதேசம் பெறுவார்கள். இதைக் குறிப்பது தோடு. அடுத்துத் துவயமந்திர உபதேசம் (திருமகளும் திருமாலுமாய்ச் சேர்த்தியில் அடிபணிவது). இதைக் குறிப்பது செவிப்பூ. இறுதி உபாயமாகப் பகவத் கீதையில் கூறப்படுவது சரமசுலோகமாகும். அதாவது பெருமானின் திருவடிகளில் சரணாகதி அடைதல். இதைக் குறிப்பது காலில் அணியும் பாடகம். இப்படி இப்பாசுரத்திற்குப் பெரியோர் நுட்பமான விளக்கம் அருளியுள்ளனர்.

உபாயம் ஒன்றும் அறியாத பிள்ளைகள், தயவு செய்வாய் என்று ஆய்ச்சிறுமியர் விண்ணப்பிப்பதாக அமைந்த பாடல்

"கறவைகள் பின் சென்று, கானம் சேர்ந்து உண்போம்,
அறிவு ஒன்றும் இல்லாத, ஆய்க்குலத்து உன்தன்னைப்
பிறவி பெறுந்தனைப் புண்ணியம் யாம் உடையோம்;
குறை ஒன்றம் இல்லாத கோவிந்தா! உன் தன்னோடு
உறவேல் நமக்கு இங்கு ஒழிக்க ஒழியாது;
அறியாத பிள்ளைகளோம், அன்பினால் உன்தன்னைச்
சிறுபேர் அழைத்தனவும், சீறி அருளாதே;
இறைவா! நீ தாராய் பறை - ஏலோர் எம்பாவாய்."

- (28 / 0501)

பசுக்களின் பின்னே சென்று, காட்டை அடைந்து, உடம்பை வளர்ப்பவர்கள் நாங்கள். மேலும் நாங்கள் சிறிதும் அறிவில்லாத ஆயர்குலத்தில் பிறந்து, உன்னை எங்களுடைய பிறவியாகப் பெறுவதற்குத் தக்க அளவு புண்ணியம் உடையவர்களாய் இருக்கின்றோம். ஒரு வகையாலும் ஒரு

குறையும் இல்லாமல் இருக்கின்ற கோவிந்தனே! உன்னோடு எமக்கு உள்ள உறவு நீக்க முடியாதது. சிறு பெண் பிள்ளைகளாய் இருக்கின்ற நாங்கள் உன்னிடமுள்ள பக்தி மிகுதியினால், உன்னைச் சிறிய பெயராலே அழைத்தது பற்றி, நீ அருள் கொண்டு கோபப்படாமல் இறைவனே! எங்களுடைய நோன்புக்கு வேண்டிய பறையைத் தந்து அருள்வாயாக.

இறைவனே! நீயே உபாயம், எங்களிடம் வேறு உபாயம் இல்லை; எங்கள் காரியத்தைத் தயவுசெய்து நிறைவேற்றி வைக்க வேண்டும் என்று ஆய்ச்சியர் வேண்டுகின்றனர். இறைவனை அடைய வேறு உபாயங்களைத் தேடுவது கடவுளின் கருணைக்கு இடையூறாகத்தான் அமையும் என்பதை ஆண்டாள் உணர்த்துகின்றாள்.

'உறவேல் நமக்கு இங்கு ஒழிக்க ஒழியாது'– இறைவனோடு மனிதர்களுக்குள்ள உறவை, யாராலும் ஒழித்துக்கொள்ள முடியாது என்றும், கடவுளாலுங்கூட ஒழிக்க முடியாது என்றும் ஞானச்செறிவோடு ஆண்டாள் கூறுகின்றாள்.

கண்ணனுக்குப் பாலையும், வெண்ணெயையும், நெய்யையும், பாசத்தையும் ஊட்டி வளர்த்தவர்கள் ஆயர்கள். அதனால் கண்ணனுக்கும், ஆயர் குலத்துக்கும் உள்ள உறவு பிரிக்க முடியாதது என்று ஆண்டாள் கூறுகின்றாள்.

"அறிவொன்றும் இல்லாத... அறியாத பிள்ளைகளோம்" – நாங்கள் ஆயர்குலச் சிறுமியர்கள், அறிவற்ற வர்கள். காட்டில் வியர்த்தபோது குளித்து, விரும்பியபோது உண்டவர்கள் நாங்கள். ஆநிரைகளின் பின்னே சென்று மேய்த்துண்ணும் எங்களிடம் கள்ளம் கபடு இல்லை, பெரிய படிப்பறிவு இல்லை. ஆனால் உன்னை எங்கள் குலத்தில் பெறுமளவுக்குப் புண்ணியம் உள்ளவர்களாக உள்ளோம்.

'அறிவொன்றும் இல்லாத' என்றால் பெருமானைத தவிர மற்ற விஷயங்களில் அறிவு ஒன்றும் இல்லாதவர்கள் நாங்கள் என்றும் பொருள் கூறுவர்.

ஜீவாத்மாவுக்கும், பரமாத்மாவுக்கும் உள்ள உறவுதான், ஆய்ச்சியருக்கும் கண்ணனுக்கும் உள்ள உறவு.

நோன்பை வியாஜமாகக் (சாக்காக) கொண்டு வந்தவர்கள், கண்ணன் திருவடிகளில் நித்திய கைங்கரியம் செய்வதையே தங்கள் தனிப்பெரும் நோக்கமாக இப்பாசுரத்தில் வெளியிடுகின்றார்கள்.

"சிற்றஞ் சிறு காலே வந்து, உன்னைச் சேவித்து, உன்
பொற்றாமரை அடியே போற்றும் பொருள் கேளாய்;
பெற்றம் மேய்த்து உண்ணும் குலத்தில் பிறந்து, நீ
குற்றேவல் எங்களைக் கொள்ளாமல் போகாது;
இற்றைப் பறை கொள்வான், அன்று காண் கோவிந்தா!
எற்றைக்கும் ஏழ்ஏழ் பிறவிக்கும், உன் தன்னோடு
உற்றோமே ஆவோம்; உனக்கே நாம் ஆட்செய்வோம்;
மற்றை நம் காமங்கள், மாற்று - ஏலோர் எம்பாவாய்."

- (29 / 0502)

மிக விடியற்காலையிலேயே நீ இருக்கும் இடத்திற்கு வந்து உன்னை வணங்கி, உன் அழகிய திருவடித் தாமரைகளை நாங்கள் மங்களாசாசனம் செய்வதற்குரிய பயனைக் கேட்பாய். நீ மாடுகளை மேய்த்து, அவை உண்டது கண்டபின் உண்கின்ற ஆயர்குலத்தில் பிறந்து, எங்களிடம் பணிவிடைகளைக் கொள்ளாமல் விட்டுவிடுவது உனக்குத் தகாது. இப்போது பறையைப் பெற்றுக் கொள்வதற்கு நாங்கள் வரவில்லை. கோவிந்தனே! காலம் உள்ளளவும் உன்னோடு உறவு உடையவர்களாக நாங்கள் இருக்க வேண்டும். உனக்கே, உனக்கு மட்டுமே அடிமை செய்பவர்களாகவும் நாங்கள் விளங்க வேண்டும். எங்களின் வேண்டா விருப்பங்களைத் தவிர்த்து அருள வேண்டும்.

திருப்பாவையின் தனிப்பெரும் கொள்கையை அறிவிக்கும் ஒப்பற்ற பாசுரமாக இப்பாடல் திகழ்கின்றது. பறை, பறை என்று சொல்லி வந்த ஆய்ச்சியர்கள், அப்பறையின் உட்பொருள், இறைவன் உகந்த குற்றேவல் புரிவதுதான் என்று

இங்கு உணர்த்துகின்றார்கள். அதற்கும் அவன் அருள்புரிய வேண்டும் என்று இவர்கள் இப்போது வேண்டுகின்றார்கள்.

சிற்றஞ்சிறு காலே – அதிகாலை, உஷக்காலம், பிரம்ம முகூர்த்த வேளை.

குற்றேவல் – எஜமானன் சொன்ன வேலைகளைச் செய்வதுதான் கைங்கரியம். தானாகச் செய்யும் வேலைக்குக் கைங்கரியம் என்ற பெயரில்லை. அவன் சொல்லத் தாங்கள் செய்யவேண்டும் என்று இவர்கள் குறிப்பிடுகின்றார்கள்.

பொருள் கேளாய் – பயனைக் கேள்.

'இற்றைப் பறை கொள்வான் அன்று' – கண்ணன் இவர்களுக்குப் பெரிய பறையைக் கொடுத்திருப்பான். அதனைப் பெற மறுத்த இவர்கள் இந்தப் பறையையா நாங்கள் உன்னிடம் கேட்டு வந்தோம், இல்லையே என்கிறார்கள்.

ஒன்பது முறை பறை என்று நீங்கள் கேட்டுள்ளீர்கள். நீங்கள் கேட்ட பறைதான் எது என்று கண்ணன் கேட்ட கேள்விக்கு,

"எற்றைக்கும் ஏழ் ஏழ் பிறவிக்கும் உன்தன்னோடு
உற்றோமே ஆவோம்; உனக்கே நாம் ஆட்செய்வோம்"

என்று இவர்கள் விடை தருகின்றார்கள்.

நீ எந்த அவதாரம் (பிறவி) எடுத்தாலும், நாங்கள் உனக்கு உறவு உடையவர்கள் ஆவோம் என்று இப்பெண்கள் கூறுகின்றனர்.

'நாங்கள் உனக்கே ஆட்செய்வோம்' – நாங்கள் உனக்கு மட்டுமே கைங்கரியம் செய்வோம். உன் அடியவர்களாகவே இருப்போம்.

நாங்கள் உன்னிடம் வேண்டி வந்தது உன்னைத்தான். வேறு ஒரு பொருளையும் நாங்கள் யாசித்து வரவில்லை. ஒரு நொடிப்பொழுதும் உன்னைப் பிரிந்திருக்க மாட்டோம். உனக்கு

ஆட்செய்ய வேண்டும். உன் அடியவராகக் காலங்காலமும் பணி செய்ய வேண்டும் என்று தெளிவாகக் கண்ணனிடம் இவர்கள் கூறுகின்றார்கள்.

கண்ணனுக்குக் கைங்கர்ய பிரார்த்தனைதான் தங்களின் இலட்சியம் என்றும், அதனை அவன் அருள வேண்டும் என்றும் பாவை நோன்பு நோற்றதன் நோக்கத்தை இவர்கள் இப்பாசுரத்தில் வெளிப்படுத்துகின்றார்கள். அந்த வகையில் இப்பாசுரம் திருப்பாவையில் புகழ் பெற்றுத் திகழ்கின்றது.

'மற்றைக் காமங்கள் மாற்று' – எங்களின் எல்லாக் காமங்களும் கண்ணனிடத்துக் காமமாக அவன் மாற்ற வேண்டும். இதற்கு முரண்பாடாக உள்ள எங்களின் விருப்பங்களை – ஆசைகளை எல்லாம் கண்ணனே மாற்றி அருள வேண்டும் என்று இவர்கள் வேண்டுகின்றார்கள்.

எங்களின் இந்திரியங்களை நல்வழிப்படுத்தி, மற்ற விஷயங்களில் ஈடுபடாத வகையிலும், உன்னிடத்தில் கைங்கர்யம் செய்யும் வகையிலும் செய்ய வேண்டியது உன்னுடைய பொறுப்பு என்று இவர்கள் வேண்டுகின்றார்கள்.

தினமும் விடியற்காலையில் திருப்பாவை முப்பது பாசுரங்களையும் ஓத வேண்டும். அப்படிச் சொல்ல முடியாவிட்டால் இந்தச் 'சிற்றஞ்சிறு காலே' *(29)* என்ற ஒரு பாசுரத்தையேனும் ஓத வேண்டும் என்று பெரியோர்கள் கூறுகின்றார்கள்.

திருப்பாவை நூலை ஓதுபவர் இறைவனின் திருவருள் பெற்று இன்புறுவர் என்று ஆண்டாள் கூறி நிறைவு செய்கின்றாள்

"வங்கக் கடல் கடைந்த மாதவனைக், கேசவனைத்,
திங்கள் திருமுகத்துச் சேய் இழையார் சென்று இறைஞ்சி,
அங்கப் பறை கொண்ட ஆற்றை, அணி புதுவைப்
பைங்கமலத் தண் தெரியல் பட்டர்பிரான் கோதை சொன்ன,
சங்கத் தமிழ் மாலை முப்பதும், தப்பாமே

இங்கு இப்பரிசு உரைப்பார், ஈர் இரண்டு மால் வரைத்தோள்
செங்கண் திருமுகத்துச் செல்வத் திருமாலால்
எங்கும் திருவருள் பெற்று, இன்புறுவர் - எம்பாவாய்."
- (30 / 0503)

கப்பல்களை உடைய திருப்பாற்கடலைக் கடைந்து அமிழ்தம் வழங்கிய மாதவனைக், கேசவனைச் சந்திரனைப் போன்ற முகத்தை உடையவரும், அழகிய ஆபரணங்கள் அணிந்தவருமான இடைச்சிறுமியர், சென்று அடைந்து மங்களாசாசனம் செய்து, அங்கே கண்ணன் சந்நிதியில் தங்கள் புருஷார்த்தத்தைப் பெற்றனர். அந்தப் பேறு பெற்ற வகையை – வரலாற்றை வில்லிபுத்தூரில் அவதரித்த தாமரை மலரால் ஆகிய குளிர்ந்த மாலையை அணிந்துள்ள பட்டர்பிரானின் மகளான கோதை (ஆண்டாள்) அருளிச்செய்த சங்கத்தமிழ் மாலையாகிய இம்முப்பது பாசுரங்களையும், ஒரு பாசுரமும் குறையாது இங்கு அனுசந்திப்பவர்கள், மலை போன்ற நான்கு திருத்தோள்களையும், செந்தாமரைக் கண்களையும், அழகிய திருமுகத்தையும், செல்வத்தையும் உடைய திருமாலின் திருவருள் பெற்றுப் பேரின்பம் அடைவார்கள்.

இப்பாசுரத்தைத் திருநாமப் பாட்டு என்றும், பலசுருதிப் பாடல் என்றும் குறிப்பிடுவார்கள்.

இப்பிரபந்தத்தை இயற்றியவர் பட்டர்பிரான் (பெரியாழ்வார்) மகளான கோதை (ஆண்டாள்) என்று கூறி ஆண்டாள் தலைக்கட்டுகின்றாள்.

ஆண்டாள் தன் படைப்பைச் 'சங்கத் தமிழ் மாலை' என்று பெருமையுடன் கூறுவதை நெஞ்சில் கொள்வோம்.

முப்பதும் தப்பாமே – முப்பது பாசுரங்களையும் தப்பில் லாமல் சொல்லவேண்டும் என்றும், நாளொன்றுக்கு முப்பது பாசுரங்கள் வீதம் முப்பது நாளும் தவறாமல் முழுப் பிரபந்தத்தையும் சொல்ல வேண்டும் என்றும் இருவகையாகப் பொருள் கொள்ளும் வகையில் ஆண்டாள் கூறுகின்றாள்.

கடல் கடைந்த மாதவனிடம் தேவர்கள் அமுதத்தைத் தான் கேட்டுப் பெற்றார்கள். ஆனால் "அறிவு ஒன்றும் இல்லாத ஆய்குலத்துச்" சிறுமியர்கள் கண்ணனிடம் கண்ணனையே விரும்பிக் கேட்டுப் பெற்றார்கள். "உனக்கே ஆட்செய்வோம்" என்ற ஒப்பற்ற பறையைக் கேசவனிடம் இவர்கள் பெற்றார்கள். அதனால் இவர்கள் இன்றும் வாழ்கின்றார்கள்.

பாற்கடலைக் கடைந்தபோது, அமுதத்துடன் திருமகளும் கையில் மாலையுடன் வெளியே வந்தாள். அவள் திருமாலுக்கு மாலையிட்டு, அவன் மார்பில் நீங்காத இடம் பிடித்தாள். மாதவன் (மா – திருமகள்) திருமகளைப் பெற்றான். இப்படி இலட்சுமி திருமணத்துடன் திருப்பாவை நிறைவு பெறுகின்றது.

திங்கள் திருமுகத்துச் சேயிழையார் – நோன்பு நிறைவு பெற்றுவிட்டது. இவர்கள் கண்ணனைக் கண்ணாரக் கண்டுவிட்டார்கள். மகிழ்ந்த ஆயர்குலச் சிறுமியர், ஆபரணங்கள் அணிந்து, சந்திரனைப் போன்ற அழகிய முகம் உடையவர்களாக இப்போது திகழ்கின்றார்கள்.

செல்வத் திருமாலால் எங்கும் திருவருள் பெற்று இன்புறுவர் – திருப்பாவையை ஓதுபவர்கள் பெருமான் திருவருளால் மண்ணில் எல்லா நலன்களையும் பெறுவர் என்றும், விண்ணில் மோட்ச இன்பங்களைப் பெறுவர் என்றும், எப்போதும் எங்கும் இன்புற்று இருப்பர் என்றும் ஆண்டாள் உறுதியாகக் கூறுகின்றாள்.

இப்பரிசு உரைப்பார் – ஆண்டாள், தான் நோற்றத் திருப்பாவை நோன்பை அடியவர்கள் கட்டாயம் அனுஷ்டிக்க வேண்டும் என்று நிர்ப்பந்தப் படுத்தவில்லை. மாறாக இப்பாசுரங்களை நாள்தோறும் ஓதினாலே போதும், இங்கும் அங்கும் எங்கும் இன்பம் கிடைக்கும் என்றுதான் ஆண்டாள் கூறுகின்றாள் என்றும் பெரியோர் நயவுரை கூறுகின்றனர்.

"கன்றிழந்த தலைநாகு தோற்கன்றுக்கும் இரங்குமாப் போலே, இப்பாசுரம் கொண்டு புக நமக்கும் பலிக்கும்" என்று பராசர பட்டர் கூறுகின்றார்.

திருப்பாவையின் பாசுரங்களை நாள்தோறும் ஓதுகின்றவர்கள், திருமாலின் திருவருளைப் பெற்று நல்லின்பம் பெறுவார்கள் என்று இவள் உறுதியாகச் சொல்கின்றாள். நூலைப் படிப்பவர் பெறும் பயன்களை இவ்வாறு ஆண்டாள் கூறி நிறைவு செய்கின்றாள்.

அதனால்தான் பட்டர்,

"பாதகங்கள் தீர்க்கும், பரமன் அடிகாட்டும்,
வேதம் அனைத்துக்கும் வித்தாகும் - கோதை தமிழ்
ஐயைந்தும் ஐந்தும் அறியாத மானிடரை
வையம் சுமப்பது வம்பு"

என்று பொருத்தமாகக் கூறுகின்றார்.

நாச்சியார் திருமொழி

கண்ணனை அடைய மார்கழி மாதம் முழுவதும் ஆண்டாள் நோன்பு நோற்றாள். அவன் வராததால் வருந்திய கோதை, அந்த ஒப்பற்ற தலைவனைப் பெறக் காமனாகிய மன்மதனை வணங்கி வேண்டுவதாக, இப்பிரபந்தம் அமைந்துள்ளது.

காமன் நோன்பு நோற்றல் அக்காலத்தில் வழக்கில் இருந்ததால் அதனை இவள் பின்பற்றுகின்றாள். சீவகசிந்தாமணியில் சுரமஞ்சரி, சீவகனை அடையவிரும்பிக் காமனை வேண்டி நோன்பு நோற்ற செய்தி உள்ளது. பெருங்கதை நூலிலும் பதுமாபதி என்ற பெண் உதயணனை அடைய விரும்பிக் காமன் நோன்பு நோற்ற வரலாறு காணப்படுகின்றது.

பெண்கள் பன்னிரண்டாம் வயதில் இந்த நோன்பை மேற்கொள்வார்கள் என்பதனைப் பன்னிரு பாட்டியல் நூல் கூறுகின்றது. தந்தைப் பெரியாழ்வார்தான், ஆண்டாளுக்கு எல்லா வகையிலும் குருவாக விளங்கினார். கண்ணன் பற்றிய கதைகள் பலவற்றை அவர்தான் மகளுக்குச் சொல்லித்தந்தவர் ஆவார். கண்ணன் மீது ஆசையை மகளுக்கு ஊட்டியவரே அவர்தான்.

மகள் வயதிற்கு வந்ததும் அந்த ஆசை அவளிடம் காதலாகப் பரிணாம வளர்ச்சி பெற்றுவிட்டது.

மகள் கண்ணாடியைப் பார்த்துத் தன்னை அழகு படுத்தியதையும், சூடிக் கொடுத்த சுடர்க்கொடியாக மாறுவதை யும் பெரியாழ்வார் பார்த்து வியந்தார்.

“காறை பூணும், கண்ணாடி காணும்
தன் கையில் வளை குலுக்கும்
கூறை உடுக்கும், அயர்க்கும்; தன்
கொவ்வைச் செவ்வாய் திருத்தும்!”

- (0293)

என்றெல்லாம் மகளின் மாற்றத்தை அவர் பல இடங்களில் குறிப்பிடுகின்றார்.

பெரியாழ்வாரின் கிருஷ்ணபக்தியை விட, மகளின் கிருஷ்ணக் காதல் அதிகமாகிக் கொண்டே இருந்தது.

கண்ணனை அடைய ஓர் ஆயர்குலப் பெண்ணாக மார்கழி நோன்பு நோற்ற ஆண்டாள், இப்போது காதல் கடவுளான மன்மதனை வேண்டி, நீ என்னைக் கண்ணனோடு சேர்த்து வைக்க வேண்டும் என்ற வேண்டுகின்றாள்.

காமன் எழுந்தருள வேண்டிய இடத்தை, அவள் முதலில் அழகு செய்கின்றாள். அவனையும், அவன் தம்பி சாமனையும் வணங்குவதாக நாச்சியார் திருமொழி ஆரம்பமாகின்றது.

உயர்ந்த பக்தி மிக்கப் பெரியாழ்வாரின் மகள் புறந் தொழலாமா? மன்மதன் காலில் விழலாமா? என்றெல்லாம் கேள்விகள் எல்லோருக்கும் தோன்றும். அதற்கு உரையரசர் பெரியவாச்சான் பிள்ளை பொருத்தமான விளக்கம் கூறு கின்றார். மன்மதனைப் பரம்பொருளாகக் கருதி ஆண்டாள் வணங்கவில்லை. தான் விரும்புகின்ற கண்ணனை அடைவதற்கு, இவன் உதவி செய்வான் என்று நம்பியே இவள் சரணடைந்தாள். மன்மதனாகிய காமன் முன்பொருகால் பிரிந்து தவம் இயற்றி வந்த சிவபெருமானையும், பார்வதி

தேவியையும் ஒருங்கே சேர்த்துவைத்த கதையைப், பெரியாழ்வார் சொல்ல இவள் கேட்டிருந்தாள். ஆகையால் கண்ணனோடு கலவி கிடைக்காமல் ஆற்றாமையால் வருந்தும் தன்னையும், அக்கண்ணனோடு கூட்டுவிப்பான் என்று நம்பியே அக்காமன் காலில் விழுந்து வேண்டினாள். இவ்வாறு அவர் கூறுகின்றார்.

வழியல்லா வழியே முயற்சி செய்தாகிலும், கண்ண பிரானோடு கலக்கப் பெற வேணும் என்ற அளவற்ற ஆசை ஆண்டாளுக்கு இருந்தது என்பது இதனால் அறியக் கிடைக்கின்றது என்றும் உரையரசர் கூறுகின்றார்.

நாராயணன் நம்பியை, ஆண்டாள் அடைந்து பேறு பெற்றாள் என்ற உயர்ந்த செய்திதான் நாச்சியார் திருமொழி யின் திரண்ட கருத்தாகும்.

1. தைத்திங்களில் காமனை வழிபடல்

கண்ணனை அடைய ஓர் ஆயர்குலச் சிறுமியாக மார்கழி நோன்பு நோற்றாள் ஆண்டாள். காதல் கடவுளான மன்மதனையும் அவன் தம்பி சாமனையும் நோக்கி, நீ என்னைக் கண்ணனோடு சேர்த்து வைக்க வேண்டும் என்று தையொரு திங்களும் என்ற முதல் திருமொழியில் கோதை வேண்டுகின்றாள்.

> *"வெய்யது ஓர் தழல் உமிழ் சக்கரக்கை,*
> *வேங்கடவற்கு என்னை விதிக்கிற்றியே"*
>
> *- (0504)*

நெருப்புப் பொறிகளைச் சிந்தும் ஒப்பற்ற ஆழிச் சக்கரத்தைத் திருக்கையில் உடைய திருவேங்கடவனுக்கு என்னை அந்தரங்கக் கைங்கரியம் செய்யும்படி விதிக்க வேண்டும் என்று இவள் முதல் பாசுரத்தில் மன்மதனிடம் கூறுகின்றாள்.

மன்மதன் தன் மென்மையான கால்களால் நடந்து வரும்போது அவன் கால்களில் மணல் உறுத்தக் கூடாது

என்பதற்காக "ஐய நுண்மணல்" *(0504)* இவள் விரிக்கின்றாள், பின் கோலம் போடுகின்றாள். காமன் தம்பி சாமன் என்பர். கண்ணனை அவன் அண்ணன் பலதேவனோடு சேர்த்துத் தொழுவது போல், இவள் மன்மதனோடு அவன் தம்பி சாமனையும், சேர்த்து வழிபடுகின்றாள்.

வெண்மையான நுண்ணிய மணலைக் கொண்டு வழி எல்லாம் இவள் அழகு செய்கின்றாள். கிழக்கு வெளுக்கும் முன்பே நீர்த்துறைகளில் இவள் படிந்து நீராடுகின்றாள். முள், எறும்பு முதலியன இல்லாத சுள்ளிகளைத் (சமித்து) தெரிந்தெடுத்து நெருப்பிலே போட்டு இவள் புகைக்கின்றாள். *(0505)*

ஊமத்தை மலர்களையும், முருங்கைப் பூக்களையும் கொண்டு, காலை மாலை உச்சி வேளைகளில் ஆண்டாள் காமனை வழிபடுகின்றாள். மேலும் கடல்வண்ணன் கண்ணனின் பெயரை அம்புகளில் இவள் எழுதி, அவனை அடைய ஆசைப்படுகின்றாள். *(0506)*

பெரியாழ்வார் மகளின் திருமணத்தைப் பற்றிச் சிந்திக்க ஆரம்பித்ததை இவள் உணர்ந்தாள்.

"வானிடை வாழும் அவ்வானவர்க்கு
மறையவர் வேள்வியில் வகுத்த அவி
கானிடைத் திரிவது ஓர் நரி புகுந்து
கடப்பதும் மோப்பதும் செய்வது ஒப்ப
ஊனிடை ஆழி சங்கு உத்தமர்க்கு என்று
உன்னித்து எழுந்த என் தடமுலைகள்
மானிடவர்க்கு என்று பேச்சுப் படில்
வாழகில்லேன் கண்டாய், மன்மதனே."

- (0508)

அதனால் கண்ணனுக்காகவே பிறந்து வளர்ந்த தன்னை வேறு யாருக்காவது மணம் பேசினால் உயிர் வாழமாட்டேன் என்று ஆண்டாள் ஓங்கி அறிவிக்கின்றாள்.

அந்தணர்கள் தேவர்களுக்காக வேள்வி செய்யும் போது அதிலுள்ள அவி உணவைக், காட்டில் திரியும் நரி புகுந்து தனதாக்கிக் கொள்வதும் முகர்ந்து பார்ப்பதும் பொருத்தம் ஆகுமா? அதுபோல் கண்ணனுக்காகக் கிளர்ந்து எழுந்த தன் கொங்கைகளை, மானிடர்க்கு உரிமையாக்குவதும் பொருந்தாது என்று ஆண்டாள் பொருத்தமான உவமைவழிக் கூறுகின்றாள்.

நம்மாழ்வாரும், திருமங்கையாழ்வாரும் அகப்பொருள் துறையில் தலைவியாக மாறி நிறைய பாடல்கள் பாடி உள்ளனர். அந்த நிலையில் நம்மாழ்வாரைப் பராங்குச நாயகி என்றும், திருமங்கையாழ்வாரைப் பரகல நாயகி என்றும் கூறுவது மரபு. இப்படி ஆண் கவிஞர்கள் தலைவியாக மாறி எப்படிப் பாடினாலும் ஆண்டாளின் இத்தகைய உணர்வுகளைப் பாட முடியவில்லை என்பதையும் நாம் நினைவில் கொள்வோம்.

கண்ணனுக்காக வளர்ந்த தன்னை, அவனுக்கே மணம் முடிக்க வேண்டும் என்று, மன்மதனுக்குச் சொல்வது போல், இவள் தந்தைக்குத் தெரிவிக்கின்றாள் எனலாம்.

"கேசவ நம்பியைக் கால் பிடிப்பாள்
என்னும் இப்பேறு எனக்கு அருள் கண்டாய்"

- (0511)

என் பெண் தன்மை தலைமை பெறும்படிக், கேசி என்ற அரக்கனை அழித்த கல்யாண குணங்கள் முழுமையாகப் பெற்ற கண்ணனின் கால்களைப் பிடிப்பவள் இவளே என்ற பேற்றை, மன்மதனே எனக்கு நீ அருள வேண்டும். இவ்வாறு இத்திருமொழியில் இவள் வேண்டுகின்றாள்.

வைணவ ஆச்சார்யர்களில் முதல்வரான ஸ்ரீநாத முனிகளின் சீடர் உய்யக்கொண்டார், பாடிய தனியனைக் காண்போம்.

"சூடிக் கொடுத்த சுடர்க்கொடியே! தொல் பாவை
பாடியருள வல்ல பல் வளையாய்! - நாடி நீ
'வேங்கடவற்கு என்னை விதி' என்ற இம்மாற்றம்
நாம் கடவா வண்ணமே நல்கு."

பெருமானிடம் ஆண்டாளுக்கு எவ்வளவு காதல் உண்டோ, அவ்வளவு பக்திக் காதல் அடியவர்களான நமக்கும் அவனிடம் உண்டாக வேண்டும் என்பதுதான் இப்பாடலின் பொருளாகும். ஆண்டாளிடத்து அடியவர்களுக்காக உய்யக்கொண்டார் வேண்டும் வேண்டுதல் இதுவாகும்.

"அனங்க தேவா... வேங்கடவற்கு என்னை விதிக் கிற்றியே" *(0504)* என்று நாச்சியார் திருமொழியின் முதல் பாசுரத்தில் ஆண்டாள் கூறுகின்றாள். மன்மதனே, என்னைத் திருவேங்கடவனுக்கு வாழ்க்கைப் படுத்துவாய் என்று கோதை சொன்ன அச்சொல்லை, நாங்கள் கடந்து போகாதபடி அருள்வாயாக என்று உய்யக்கொண்டார் இப்பாடலில் சொல்கின்றார்.

நாச்சியார் திருமொழியை நாங்கள் நன்கு புரிந்து கொள்ளும்படி, எங்களுக்கு அருள்வாயாக என்றும் இத்தனியனுக்குப் பொருள் கொள்ளலாம்.

2. சிற்றில் சிதையேல்

ஆயர்பாடிப் பெண்கள் மன்மதனை வழிப்பட்டுத் தன்னை அடைய முயற்சி செய்வதைப் பார்த்த கண்ணன் வருத்தப்பட்டான். இவர்களைப் பெற நாம் முயற்சி செய்கின்றோம். ஆனால் இவர்களோ நம்மை அடைய ஏதோ ஒரு சிறு தெய்வத்தின் காலில் போய் விழுகிறார்களே என்று நினைத்து அவன் ஓடி வந்தான். இவர்கள் வேண்டுமென்றே அவனைக் கண்டு கொள்ளாமல் மணல்வீடு கட்டுவதைப் பார்த்தும், அந்தச் சிற்றிலைக் கண்ணன் அழிக்கத் தொடங்கினான். இவர்கள் தங்களின் சிற்றிலைச் சிதைக்க வேண்டாம் என்று அவனிடம் மன்றாடினார்கள். இறுதியில் அணைத்தலாகிய கூடல் நிகழ்ந்து, அதுவும் பிரிவில்

முடிகின்றது. இவ்வண்ணம் இந்த இரண்டாம் திருமொழி (பதிகம்) அமைந்துள்ளது.

"வண்டல் நுண்மணல் தெள்ளியாம் வளைக் கைகளால்
சிரமப்பட்டோம்;
தெண்திரைக் கடல் பள்ளியாய்! எங்கள் சிற்றில்
வந்து சிதையேலே"
- (0516)

நாங்கள் வண்டலிலுள்ள சிறிய மணலைத் தெள்ளி எடுத்து, வளையல்கள் அணிந்த கைகளால், துன்பப்பட்டுச் சிற்றில் கட்டினோம். தெளிந்த அலைகளை உடைய பாற்கடலைப் படுக்கையாக உடையவனே! எங்கள் சிற்றிலை வந்து சிதைக்காதே.

"முற்றத்து ஊடு புகுந்து நின் முகம்
காட்டிப் புன்முறுவல் செய்து
சிற்றிலோடு எங்கள் சிந்தையும்
சிதைக்கக் கடவையோ? கோவிந்தா!
முற்ற மண்ணிடம் தாவி விண் உற நீண்டு
அளந்து கொண்டாய்! எம்மைப்
பற்றி மெய்ப் பிணக்கு இட்டக்கால் இந்தப்
பக்கம் நின்றவர் என் சொல்லார்?"
- (0522)

கண்ணபிரானே! ஒரு திருவடியினால் பூமி முழுவதையும் தாவி அளந்தாய். பரமபதத்தளவும் ஓங்கி, மற்றொரு திருவடியினால் மேல் உலகங்களையும் அளந்து கொண்டவனே! நாங்கள் தனிமையில் விளையாடும் முற்றத்திலே நுழைந்து, உன் திருமுகத்தை எங்களுக்குக் காட்டிப் புன்முறுவல் செய்கின்றாய். எங்கள் சிற்றிலையும் நெஞ்சத்தையும் அழிப்பாயோ? அத்துடன் நில்லாமல் எங்களைப் பற்றி அணைத்துக் கொண்டால், அருகில் நிற்பவர்கள் என்ன சொல்ல மாட்டார்கள்?

கண்ணன் இவர்களின் சிற்றில்களை எல்லாம் சிதைத்தமையால், மறுநாள் இவர்கள் இன்னொரு பெண்ணின் வீட்டிற்குள் ஒளித்து நுழைந்தார்கள். கதவை எல்லாம் தாழிட்டுவிட்டு அங்கு இவர்கள் விளையாடினார்கள். மாயக்கண்ணன் அங்கும் வந்துவிட்டான். கண்ணன் ஒவ்வொருத்தியிடமும் தனித்தனியாகச் சென்று, காதல் மொழி பேசி, மயக்கிவிட்டான். காதல் மயக்கத்திலிருந்து விடுபடாத பெண்கள், உனக்கு மாடு மேய்க்கச் செல்ல வேண்டாமா, நேரமாகிவிட்டதே என்பதை உணர்த்த, கோபாலனான அவனைக் கோவிந்தா என்கிறார்கள். ஆய்ச்சியர் பேசியதும், கண்ணன் அவர்களோடு விளையாட ஆரம்பித்தான். அச்சம் ஒரு பக்கமும், ஆசை மறுபக்கமுமாக அவர்கள் தவித்தார்கள். அக்கம் பக்கத்தில் உள்ளவர்கள் பார்த்தால் என்ன நினைப்பார்கள் என்று தாங்கள் அஞ்சுவதாக இவர்கள் கூறுகின்றார்கள். இப்பகுதிக்குப் "புணர்ச்சி தொடங்கினபடி" என்று பெரியவாச்சான் பிள்ளை உரை எழுதுகின்றார். இவ்வாறு கண்ணன் ஆய்ச்சியரின் சிறு வீடுகளையும், சிந்தனைகளையும் சிதைத்து ஆட்கொண்டமையை இத்திருமொழி பேசுகின்றது.

3. துகிலை வேண்டுதல்

கண்ணனுடன் ஆயர்குலப் பெண்களுக்குக் கூடல் ஏற்பட்டதை அறிந்த பெரியோர், அவர்களை நிலவறைகளில் அடைத்து வைத்தனர். மழையின்றி நாடு வளம் குன்றியது. மேய்ச்சல் நிலங்கள் அழிய ஆரம்பித்தன. ஆயர்குலப் பெரியோர் கலந்து பேசிப் பெண்கள் நோன்பு நோற்றால்தான் மழை பொழியும் என முடிவு எடுத்தனர். அதனால் பெண்களைப் பனிநீராட விடியற்காலையே அனுப்பினார்கள். வழக்கமாக நீராடும் பொய்கையைத் தவிர்த்து, யமுனை ஆற்றின் வேறொரு பொய்கைக்குச் சென்று அவர்கள் நீராடினார்கள்.

அவர்களுக்கு முன்பே அங்கு சென்றுவிட்ட மாயக் கண்ணன் குருந்த மரத்தின் மீதேறி அமர்ந்திருந்தான். நீராடும்

பெண்களின் ஆடைகளைக் கவர்ந்து, மரத்தின் மேல் அவன் ஏறி உட்கார்ந்து கொண்டான். ஆடைகளைக் காணாத பெண்கள் திகைத்தனர். மரத்தின் மேலுள்ள கண்ணனைப் பார்த்து அவர்கள் பலவாறு வேண்டினார்கள்.

பொதுவாக ஆற்றிலோ, பொய்கையிலோ நீராடும்போது ஆடையின்றி நீராடக்கூடாது என்பது விதி. அதை இப்பெண்கள் மீறியதால்தான், அவன் அவற்றை எடுத்துச் சென்றான். இதை அவர்களுக்குச் சொல்லிக் கொடுத்து அவன் உணர்த்தினான். ஆடைகளைப் பெற்ற பெண்கள் அவனோடு கூடி மகிழ்ந்தனர்.

ஆண்டாள், ஆயர்குலப் பெண்ணாகிக் கண்ணனிடம் துகிலை வேண்டுவதாக, இந்த மூன்றாம் திருமொழி அமைந்துள்ளது.

"கோழி அழைப்பதன் முன்னம் குடைந்து நீராடுவான் போந்தோம்;
ஆழியஞ் செல்வன் எழுந்தான்; அரவு அணை மேல் பள்ளி கொண்டாய்!
ஏழைமை ஆற்றவும் பட்டோம், இனி என்றும் பொய்கைக்கு வாரோம்;
தோழியும் நானும் தொழுதோம்; துகிலைப் பணித்தருளாயே"
- (0524)

திருவனந்தாழ்வானாகிற படுக்கையின் மேல் திருக்கண் வளர்ந்தருள்பவனே! பொய்கையில் நீராடுவதற்காகக் கோழி கூவுவதற்கு முன்னமே நாங்கள் இங்கு வந்துவிட்டோம். இப்போது கதிரவன் உதித்துவிட்டான். நாங்கள் உன்னால் மிகவும் துன்பப்பட்டோம். இனிமேல் என்றும் குளத்திற்கு வரமாட்டோம். தோழியும் நானுமாக உன்னைக் கும்பிடுகின்றோம். எங்களின் ஆடைகளைத் தந்தருள்க.

ஆய்ச்சியர் "குடைந்து நீராடுவான் போந்தோம்" என்கின்றனர். தமிழர்கள் கலவியைச் சுனையாடல் என்று சொல்வது கண்ணனின் நினைவுக்கு வருகின்றது. அதனால் 'அதற்கு என்ன தடை' என்று கண்ணன் வினவ,

'பாழுஞ்சூரியன்' (ஆழியஞ் செல்வன்) வந்துவிட்டானே என்கின்றனர். சுனையாடலுக்கு விரோதியாகக் கதிரவன் வந்து தோன்றியதனால், ஆய்ச்சியரின் கிண்டலுக்கும், பழிப்புக்கும் அவன் ஆளானான்.

கன்னியர் கண்ணபிரானை இறைஞ்சி, ஆடைகளைப் பெற்றனர்.

இறைவன் நம்மை அடிபிடித்து வருவான் என்றும், பற்றற்ற நிலையில் கண்டு அருள் புரிவான் என்றும் இத்திருமொழி உணர்த்துவதாகப் பெரியோர் கூறுகின்றனர்.

4. கூடல் இழைத்தல்

முந்தைய திருமொழியில் ஆய்ச்சியரும் கண்ணனும் விரும்பும் கூடல் நிறைவேறியது. பின் அது பிரிவில் முடிந்தது. கண்ணன் இவர்களை விட்டுப் பிரிந்து போய்விட்டான். இவர்கள், மீண்டும் அவனைக் காணக் கூடல் இழைக்கின்றனர்.

கூடல் இழைத்தல் என்ற துறையில் நான்காம் திருமொழி அமைந்துள்ளது.

ஆண்டாளும், கண்ணன் தன்னை எப்போது மணந்து கொள்வான் என்பதனை அறியக் கூடல் குறி பார்க்கின்றாள்.

கண்களை மூடிக்கொண்டு தரையில் ஒரு வட்டத்தைப் போட்டு, அதற்குள் சுழிசுழியாக எண்ணாமல் சுழிகளைக் கீறி, இரண்டிரண்டாகச் சுழிகளை எண்ணிப் பார்ப்பர்கள். இரட்டைப் படையாக வந்தால் நினைத்தது கூடும் என்றும், ஒற்றைப் படையாக வந்தால் கூடாது என்றும் கொள்வது மரபு. இதனைக் கூடல் இழைத்தல், கூடற் குறி, கூடல் வளைத்தல் என்றெல்லாம் குறிப்பிடுகின்றனர்.

"வாய்த்த காளியன் மேல் நடம் ஆடிய
கூத்தனார் வரில் கூடிடு கூடலே"

- (0537)

காளிய நாகத்தின் மேல் நடனம் ஆடிய, நாட்டியக் கலையில் வல்லவனான கண்ணபிரான் வரக் கூடுமாகில் கூடலே! கூடிடு என்று ஆண்டாள் கூறுகின்றாள்.

'நீ கூடி, என்னையும் கூட்டு' என்பது வியாக்கியானமாகும்.

"பழகு நான்மறையின் பொருளாய் மதம்
ஒழுகு வாரணம் உய்ய அளித்த எம்
அழகனார் அணி ஆய்ச்சியர் சிந்தையுள்
குழகனார் வரில் கூடிடு கூடலே"

- (0543)

கண்ணன் வேதங்களின் உட்பொருள் ஆனவன், மதநீர் பெருகும் கஜேந்திரனின் துயர் நீக்கி வாழும்படி அருளியவன், எம்மை ஈர்க்கும் அழகன் அவன். அழகிய ஆய்ச்சியர்களின் நெஞ்சில் குழைந்திருப்பவனான கண்ணன் வருவானாகில் கூடலே! கூடிடு.

அழகிய ஆய்ச்சியரின் நெஞ்சினுள் குழைந்திருப்பவன் கண்ணன். அந்தக் கண்ணன்தான் தன்னைக் கவர்ந்த அழகன் என்று இவள் கூறுகின்றாள். ஜீவாத்மாக்களின் நெஞ்சினுள் பரமாத்மா இருக்கும் இருப்பைக், குறிப்பிடுவது ஆய்ச்சியர் கதை என்று பெரியோர் கூறுகின்றனர்.

5. குயில் பத்து

அறிவற்ற (அசேதமான) கூடலின் காலில் விழுந்தும், அது அறிவற்றது ஆகையினால் கூடுவாய் என்றோ, கூடமாட்டாய் என்றோ சரியான பதில் கூறவில்லை. எனவே அதனால் பயன் ஒன்றும் இல்லை என்பதை இவள் உணர்ந்து, அறிவுள்ள ஒன்றன் காலில் விழுகின்றாள். இத்திருமொழி (5) அச்செய்தியைக் கூறுகின்றது.

சொன்ன சொல்லுக்குப் பதில் சொல்லும் அறிவுடையது என்னும் இதுவே (குயில்) கூடல் குறியைக் காட்டிலும் சிறந்தது

என்று ஆண்டாள் நினைக்கின்றாள். இதையே பற்றாசாகக் கொண்டு இத்திருமொழியில் இவள் வேண்டுகின்றாள்.

"வெள்ளை விளி சங்கு இடக்கையில் கொண்ட
விமலன் எனக்கு உருக்காட்டான்,
உள்ளம் புகுந்து என்னை நைவித்து நாளும்
உயிர்ப் பெய்து கூத்தாட்டுக் காணும்
கள் அவிழ் செண்பகப்பூ மலர் கோதிக்
களித்து இசைபாடும் குயிலே!
மெள்ள இருந்து மிழற்றி மிழற்றாது என்
வேங்கடவன் வரக் கூவாய்"

- (0546)

தேன் பெருகும் செண்பகப் பூக்களைக் குடைந்து மது அருந்திக் களித்து இசைக்கும் குயிலே! வெள்ளைச் சங்கைத் தன் இடக்கையில் ஏந்தும் துயமணம் உடையோன் அவன். ஆனால் ஏனோ தன் உருவை எனக்குக் காட்டாமல் இருக் கின்றான். ஆனால் என் நெஞ்சினுள் புகுந்து, என்னை நைந்து போகச் செய்து வருத்துகின்றான். நாள்தோறும் உயிரோடு வைத்து என்னைத் துன்புறுத்தும் கூத்தாட்டைச் செய்து, வேடிக்கை பார்க்கின்றான். குயிலே! என்னை ஏமாற்றும் அவனருகே நீ மெல்லச் சென்று, மழலைச் சொற்களைச் சொல்லித், திருவேங்கடத்தானை இங்கே வரும்படிக் கூவுவாய் என்று இவள் குயிலின் காலில் விழுந்து வேண்டுகின்றாள்.

அஃறிணைப் பொருளை இவ்வாறு விளித்துக் கூறுதலைக் 'காமம் மிக்கக் கழிபடர் கிளவி' என்று கூறுவர். தலைமகனைக் காணவேண்டித் தலைமகள், தன் வேட்கை மிகுதியினால், கேளாதனவற்றைக் கேட்பனவாக விளித்துக் கூறாநிற்றல் என்று இதற்குப் பேராசிரியர் திருக்கோவையார் உரையில் *(173)* விளக்கம் கூறுகின்றார்.

"உள்ளம் புகுந்து என்னை நைவித்து நாளும், உயிர்ப்பெய்து கூத்தாட்டுக் காண்கின்றான்" இவ்வரியில் தன் நிலையை ஆண்டாள் மிகச் சிறப்பாக உணர்த்துகின்றாள். கோதையின் காதல் உள்ளத்தையும், அவள்படும் பாட்டையும்,

காதலில் அவளுக்குள்ள நம்பிக்கையையும் இதில் காணமுடிகின்றது.

"என்பு உருகி இனவேல் நெடுங்கண்கள்
இமை பொருந்தா பல நாளும்,
துன்பக் கடல்புக்கு வைகுந்தன் என்பது ஓர்
தோணி பெறாது உழல்கின்றேன்;
அன்பு உடையாரைப் பிரிவு உறு நோயது
நீயும் அறிதி குயிலே!
பொன்புரை மேனிக் கருளக் கொடி உடைப்
புண்ணியனை வரக் கூவாய்"

- (0548)

ஓ குயிலே! எலும்புகள் உருகிப் போனதும் அல்லாமல், வேல் போன்று நீண்டு பரந்த கண்களும் தூக்கமற்று, மூடிக் கிடக்கவில்லையே. நெடுங்காலமாகப் பிரிவுத் துன்பமாகிய கடலிலே அழுந்தி, வைகுண்ட நாதன் என்கிற ஒரு தோணியை அடையப் பெறாமல், அக்கடலுக்குள்ளேயே தட்டுத் தடுமாறிக் கொண்டிருக்கின்றேன். அன்பர்களைப் பிரிவதனால் உண்டாகும் துன்பத்தை நீயும் அறிவாய் அன்றோ? கண்ணபிரான் பொன் போன்ற திருமேனியை உடையவன், கருடனைக் கொடியாகக் கொண்டவன், அறமே வடிவமாகத் திகழ்பவன் ஆவான். அவனை இங்கே வரும்படிக் கூவுக.

ஓ குயிலே! கண்ணனை நினைந்து எலும்புகளும் உருகிப் போயின. இணைவேல் கண்களும் இமை மூடவில்லை. நெடுங் காலமாகப் பிரிவினால் துன்பக்கடலிலே அழுந்திக் கிடக் கின்றேன். அதனின்றும் மீள வைகுந்தன் என்ற தோணியைப் பெறாமல் தடுமாறிக் கொண்டிருக்கின்றேன். காதலர்களின் பிரிவுத் துயரை நீயும் அறிவாயன்றோ? பொன்மேனியை உடைய கருடக்கொடியைக் (கருளக்கொடி) கொண்ட கண்ணனை இங்கே வரும்படிக் கூவுக. இவ்வாறு இப்பாசுரத்தில் ஆண்டாள் சொல்கின்றாள்.

அன்பர்களைப் பிரிவதனால் உண்டாகும் துன்பத்தைக் குயிலும் உணர்ந்திருக்கிறது. அதனால் என் புண்ணியனை

இங்கே வரும்படிக் கூவ வேண்டும் என்று கோதை குயிலை வேண்டுகின்றாள்.

உலகளந்த உத்தமனை வரக் கூவினால், இப்பெரும் உதவியைச் செய்த குயிலுக்கு 'இன் அடிசிலோடு பால் அமுதும்' தருவதாக இவள் கூறுகின்றாள். மேலும் தான் அன்போடு சீராட்டி வளர்க்கும் பைங்கிளியை அக்குயிலோடு தோழமைப் படுத்துவேன் என்றும் அவள் மற்றொரு பாசுரத்தில் உறுதியளிக்கின்றாள். *(0549)*

6. திருமணக் கனவை உரைத்தல்

'வாரணம் ஆயிரம்' என்ற ஆறாம் திருமொழி இன்றும் புகழ்பெற்றுத் திகழ்கின்றது. ஆயனை மணம் செய்து கொள்வதாகத் தான் கண்ட கனவைத் தலைவி தோழிக்குக் கூறுவதாக இப்பதிகம் அமைந்துள்ளது.

குயிலும் அவன் வரும்படிக் கூவவில்லை. கண்ணனும் முகம் காட்டவில்லை. இவள் தரித்திருக்க மாட்டாள் என்று கருதிய கண்ணபிரான் கனவில் திருமணக் காட்சியை அவளுக்குக் காட்டுகின்றான்.

"வாரணம் ஆயிரம் சூழ, வலம் செய்து
நாரணன் நம்பி நடக்கின்றான் என்று எதிர்,
பூரண பொற்குடம் வைத்துப் புறம் எங்கும்
தோரணம் நாட்டக் கனாக் கண்டேன், தோழீ! நான்."

- (0556)

நாராயணன் ஆயிரம் யானைகள் சூழ்ந்துவர ஊரை வலம் வரவும், வாத்தியங்கள் முழங்கவும், நகர் முழுவதும் மக்கள் பூரணக் கும்பங்கள் வைத்து வரவேற்கவும், தோரணத் தூண்கள் நாட்டியிருக்கவும் நான் கனவில் கண்டேன்.

"நாளை வதுவை, மணம் என்று நாள் இட்டு
பாளைக் கமுகு பரிசு உடைப் பந்தற் கீழ்
கோளரி மாதவன், கோவிந்தன் என்பான் ஓர்
காளை புகுதக் கனாக் கண்டேன் தோழீ! நான்."

- (0557)

நாளைக்குத் திருமணம் நிகழும் என்று உறுதி செய்து, பாளைகளோடு கூடிய பாக்கு மரங்களாகிய அலங்காரங்களை உடைய மணப்பந்தலின் கீழே, நரசிம்மன், மாதவன், கோவிந்தன் ஆகிய திருநாமங்களைக் கொண்ட ஓர் இளைஞன் வர நான் கனாக் கண்டேன் தோழி!

"இந்திரன் உள்ளிட்ட தேவர் குழாம் எல்லாம்
வந்திருந்து, என்னை மகள் பேசி, மந்திரித்து,
மந்திரக் கோடி உடுத்தி, மணமாலை
அந்திரி சூட்டக் கனாக் கண்டேன், தோழீ! நான்."

- (0558)

இந்திராதி தேவர்கள் கூடி இந்நிலத்தில் வந்திருந்து என்னை மணப்பெண்ணாகச் சொல்லி, அதற்கு மேல் மண உறுதி செய்தனர். வேண்டிய ஏற்பாடுகள் எல்லாம் முடிவு செய்து கொண்டு, என் நாத்தனார் துர்க்கை மணப்புடவையை எனக்கு உடுத்தி, மணமலர்களையும் சூட்ட, தோழி! நான் கனவு கண்டேன்.

"நால்திசைத் தீர்த்தம், கொணர்ந்து, நனி நல்கி
பார்ப்பனச் சிட்டர்கள், பல்லார் எடுத்து ஏத்திப்
பூப்புனை கண்ணிப் புனிதனோடு என் தன்னைக்
காப்பு நாண் கட்டக் கனாக் கண்டேன், தோழீ! நான்."

- (0559)

தோழி! நான்கு திசைகளில் இருந்தும் கொண்டு வந்த புண்ணிய தீர்த்தங்களால் நீராட்டித், தலையில் தெளித்துப், பார்ப்பனர்கள் மந்திரங்கள் ஓதி, வாழ்த்திப், பலவகைப் பூப்புனைந்த மாலைகளை உடைய கண்ணனோடு என்னை இணைத்துக், கையில் காப்புநாண் (கங்கணம்) கட்டவும், நான் கனவு கண்டேன்.

"கதிர் ஒளி தீபம் கலசம் உடன் ஏந்திச்
சதிர் இள மங்கையர் தாம் வந்து எதிர்கொள்ள
மதுரையார் மன்னன் அடிநிலை தொட்டு, எங்கும்
அதிரப் புகுதக் கனாக் கண்டேன், தோழீ! நான்."

- (0560)

தோழி! அழகிய இளம் பெண்கள் ஞாயிற்றின் ஒளி போன்ற ஒளியைத்தரும் மங்கல விளக்குகளையும், பொற்கலசங்களையும் கையில் ஏந்தி வந்தனர். மதுரையில் உள்ளோருக்கு மன்னனான கண்ணபிரான், பாதுகைகளை அணிந்து கொண்டு, பூமி எங்கும் அதிரும்படியாக எழுந்தருள நான் கனவு கண்டேன்.

"மத்தளம் கொட்ட வரி சங்கம் நின்று ஊத,
முத்து உடைத்தாமம் நிரை தாழ்ந்த பந்தல் கீழ்,
மைத்துனன் நம்பி மதுசூதன் வந்து என்னைக்
கைத்தலம் பற்றக் கனாக் கண்டேன் தோழீ! நான்."

- (0561)

தோழி! மத்தளங்கள் முழங்கவும், வலம்புரிச் சங்குகள் நீண்ட நேரம் ஊதவும், மைத்துனன் முறையை உடையவனாய், குணாளன் கண்ணன் முத்து மாலைகளின் திரள்கள் வரிசையாகத் தொங்கவிடப் பெற்ற பந்தலின் கீழே வந்து, அவன் தடக்கைகளால் என் மென்மையான கையைப் பிடிக்கக் கனவு கண்டேன்.

கண்ணனை, ஆண்டாள் மைத்துனன் என்கிறாள். இதற்கு அத்தை மகன் என்பது பொருள். நப்பின்னைப் பிராட்டியுடன் கண்ணனுக்கு உண்டான சம்பந்தம், தன்னோடும் உண்டு என்று இவள் வாழ்கின்றாள் என்பது பழைய உரையாகும். நப்பின்னையைக் கண்ணனின் மாமன் மகள் என்பர். தன்னையும் ஆயர்குல நங்கையாகப் பாவித்துக் கொள்ளும் கோதை, நப்பின்னைக்குக் கண்ணனோடு உள்ள அதே உறவு முறையைத் தனக்கும் உரியதாகக் கொள்கின்றாள். தன்னையும், நப்பின்னைப் பிராட்டியாகவே பாவித்துக் கண்ணனின் காதலியாகிவிட்டாள் என்றும் உரைகாரர் கூறுகின்றார்.

"வாய் நல்லார் நல்ல மறை ஓதி மந்திரத்தால்
பாசிலை நாணல் படுத்துப் பரிதி வைத்து
காய் சின மா களிறு அன்னான், என் கைப்பற்றி
தீவலஞ் செய்யக் கனாக் கண்டேன், தோழீ! நான்."

- (0562)

தோழி! வாய் மறைப் பார்ப்பனர் வேத மொழிகளைக் கூறினர். மந்திரம் கூறிப் பசுமையான நாணல் புல்லைச் சதுரமாக அமைத்து வேள்விப் பொருள்களை இட்டனர். மிக்க சினமுடைய பெரிய ஆண் யானையைப் போல் செருக்குடைய கண்ணன் வந்து என் கையைப் பிடித்துக் கொண்டு தீயை வலம்வர நான் கனவு கண்டேன்.

வேத மந்திரங்கள் முழங்க, அக்கினி சாட்சியாகக், கண்ணன் தன்னை மணம் செய்து கொண்டான் என்கின்றாள் கோதை. அதனால் அவன் தன்னை விட்டுப் பிரிய முடியாது – பிரிய மாட்டான் என்று இவள் உறுதியோடு கூறுகின்றாள்.

"இம்மைக்கும் ஏழ் ஏழ் பிறவிக்கும் பற்று ஆவான்
நம்மை உடையவன், நாராயணன் நம்பி
செம்மை உடைய திருக்கையால் தாள் பற்றி
அம்மி மிதிக்கக் கனா கண்டேன், தோழீ! நான்."

- (0563)

தோழி! இப்பிறவிக்கும், அடுத்துள்ள பிறவிகளுக் கெல்லாம் புகலிடமாய் இருப்பவனும், நமக்கு நண்பனாய் விளங்குபவனும், நாராயணனுமான கண்ணன் தாமரைப் பூப்போல் சிவந்த திருக்கையாலே என் கால் விரலைப் பிடித்து, அம்மியின் மேல் எடுத்து வைப்பதாகக் கனவு கண்டேன்.

கையைப் பிடித்து அக்கினி வலம் வந்த கண்ணன், இப்போது தன் காலைப் பிடித்து, அம்மி மிதிக்கவும் வைத்தான் என்று கோதை மகிழ்வுடன் கூறுகின்றாள்.

"வரிசிலை வாள்முகத்து, என்னைமார் தாம் வந்திட்டு
எரிமுகம் பாரித்து, என்னை முன்னே நிறுத்தி
அரிமுகன் அச்சுதன், கைம்மேல் என் கை வைத்துப்
பொரிமுகத்து அட்டக் கனாக் கண்டேன், தோழீ! நான்."

- (0564)

அழகிய வில் போன்ற புருவமும், ஒளி பொருந்திய முகமும் உடைய என் உடன் பிறந்தோர், வந்து தீயை நன்றாகத் தழல் எழச் செய்து, தீயின் முன்னே என்னை நிறுத்திச், சிங்கம்

போன்ற திருமுகத்தை உடைய கண்ணனின் திருக்கையின் மேலே என் கையை வைத்துப், பொரிகளை அள்ளித் தெளிக்கவும் (லாஜ ஹோமம்) நான் கனவு கண்டேன்.

"குங்குமம் அப்பிக் குளிர் சாந்தம் மட்டித்து,
மங்கல வீதி வலம் செய்து, மண நீர்
அங்கு அவனோடும் உடன் சென்று, அங்கு ஆனை மேல்
மஞ்சனம் ஆட்டக் கனாக் கண்டேன், தோழீ! நான்."

- (0565)

குங்குமக் குழம்பை உடம்பெல்லாம் பூசிக் குளிர்ந்த சந்தனத்தை நிரம்பத் தடவி, யானையின் மேல் கண்ணனோடு கூடி இருந்து, அலங்கரித்த வீதிகளில் ஊர்வலமாக வந்து, மணம்மிக்க நீரினால் எங்கள் இருவரையும் திருமஞ்சனம் செய்வதாக நான் கனவு கண்டேன்.

தீயின் அருகிலிருந்து ஓமம் செய்ததால் ஏற்படும் வெப்பத்தைத் தணிவிக்க, மணமக்களுக்குக் குங்குமம் அப்பிக் குளிர்ந்த கலவைச் சந்தனத்தைப் பூசுகின்றார்கள். இந்த நீராட்டைத் திருமணத்தை நிறைவு செய்யும் சடங்காக இவள் குறிப்பிடுகின்றாள்.

கோதை கண்ட இந்தக் கனவு ஒரு காவியம் போல் விளங்குகின்றது. ஆத்மா, பரமாத்மாவை அடைவதை இவள் இங்கு அழகுறக் கூறுவதாகப் பெரியோர் கூறுகின்றனர்.

"ஆயனுக்காகத் தான் கண்ட கனவினை
வேயர் புகழ் வில்லிபுத்தூர்க் கோன் கோதை சொல்
தூய தமிழ் மாலை ஈரைந்தும் வல்லவர்
வாயும் நன் மக்களைப் பெற்று மகிழ்வரே."

- (0566)

வேயர் குலத்தவரால் புகழப்பட்ட வில்லிபுத்தூர் பெரியாழ்வார் திருமகளான ஆண்டாள், தான் கண்ணனுக்கு வாழ்க்கைப் பட்டதாகக் கனாக் கண்டபடியைக் குறித்து அருளிச் செய்த, தமிழ்த் தொடையான இப்பத்துப்

பாசுரங்களை ஓத வல்லவர்கள், நற்குணங்கள் பொருந்திய நல்ல மக்களைப் பெற்றுப், பெருமகிழ்ச்சி அடைவார்கள். இவ்வாறு ஆண்டாள் இத்திருமொழியின் இறுதிப் பாசுரத்தில் *(0566)* கூறுகின்றாள்.

திருமஞ்சனம் ஆட்டுமளவும் கனாக் கண்டதாக இவள் சொன்னாலும், அடுத்தபடியாகப் புணர்ச்சியும் கனவிலே நடைபெற்றதாகக் கொள்ளவேண்டும் என்று பழைய உரையாசிரியர் கூறுகின்றார். இந்நிலையில் கோதையின் கனவு கலைகின்றது.

இத்திருமொழியும் (6), அடுத்த திருமொழியும் (7) வைணவர்களின் திருமணங்களில் இன்றும் ஓதப் பெறுகின்றன.

7. கருப்பூரம் நாறுமோ

முந்தைய திருமொழியில் பெருமான் தன்னை மணந்து கொள்வதாக ஆண்டாள் கனவு கண்டாள். கனவில் அவனின் இதழமுதைச் சுவைத்த நினைவும் அவளுக்கு வருகின்றது. இப்போது விழிப்பு வந்து உறங்க முடியாமல் அவள் தவிக் கின்றாள். உருவெளித்தோற்றமாகக் கண்ணன் அவளுக்குக் காட்சியளிக்கின்றான். அவன் இடக்கையிலுள்ள சங்கை இவள் பார்க்கின்றாள்.

திருமால் பாஞ்சசன்னியம் என்ற சங்கை வாயில் வைத்து ஊதியவாறே வருகின்றான். அந்தத் திருவாய்ச்சுவையை அச்சங்கிடம் இவள் கேட்பதாகக் கருப்பூரம் நாறுமோ என்ற இத்திருமொழி (7) அமைந்துள்ளது.

“கருப்பூரம் நாறுமோ? கமலப்பூ நாறுமோ?
திருப்பவளச் செவ்வாய்தான், தித்திருக்குமோ?
மருப்பு ஒசிந்த மாதவன்தன்,
வாய்ச்சுவையும் நாற்றமும்
விருப்புற்றுக் கேட்கின்றேன்,
சொல் ஆழி வெண் சங்கே”

- (0567)

வெண்மையான பாஞ்சசன்னியம் என்ற சங்கே! குவலயா பீடம் என்ற யானையின் கொம்பை முறித்த கண்ணனின் திருவாயினுடைய சுவையையும், மணத்தையும் ஆசையோடு உன்னைக் கேட்கின்றேன். பெருமானின் அழகிய பவளம் போன்ற சிவந்த திருவாயானது கற்பூரம் போல் மணக்குமோ? தாமரைப்பூப் போல் மணக்குமோ? எனக்குச் சொல்.

புகழ்பெற்ற இப்பாசுரம் ஆண்டாளை அடையாளப் படுத்தும் பாடலாகத் திகழ்கின்றது. இலக்கிய வரலாற்று நூற்களில் ஆண்டாளைப் பற்றிப் பேசும் பொழுது இப்பாடல் தவறாமல் இடம்பெறுவதால், தமிழ் மாணவர்களிடையே பிரபலமான பாடலாக இது திகழ்கின்றது.

சங்கின் பெரும் பேற்றை – பாக்கியத்தை இங்கு இவள் குறிப்பிடுகின்றாள். எப்போதும் கண்ணனின் வாயமுதத்தை அனுபவிக்கும் பேறு இச்சங்குக்கு மட்டுமே வாய்த்துள்ளது, எனக்கு இல்லையே என்றிவள் ஏங்குகின்றாள். சங்கினிடத்து இவளுக்குப் பொறாமையும் ஏற்படுகின்றது.

அடுத்த பாடலில் ஆண்டாள், சங்கே! நீ உப்புக் கடலில் பிறந்தாய், பஞ்சசனன் என்ற அசுரனின் உடலுக்குள் வளர்ந்தாய் (0568), இருப்பினும் பரமனின் திருக்கையில் நிரந்தரமாக இருக்கும் பேறு உனக்கு எப்படிக் கிடைத்தது? என்று கேட்கின்றாள். நான் பெரியாழ்வாரின் மகளாக வளர்ந்தும் எனக்கு இப்பேறு கிடைக்கவில்லையே என்ற குறிப்பும் இதில் உள்ளது என்பர்.

8. மேகவிடு தூது

'விண் நீல மேலாப்பு' என்ற பதிகத்தில் (8 ஆம் திருமொழி) திருவேங்கடத்து எம்மானிடம் ஆண்டாள் தன் காதலைத் தெரிவித்து மேகங்களைத் தூது அனுப்புகின்றாள்.

முந்தைய திருமொழியில் கோதை நாச்சியார் பாஞ்ச சன்னியத்திடம் பல கேள்விகள் கேட்டாள். எந்த ஒரு பதிலும் கிடைக்கவில்லை. கார் காலம் வருவதாகச் சொன்ன கண்ணனும் வரவில்லை. கருநிற மேகங்களை வானில்

கண்டதும், கண்ணனின் நினைவு கூடுதலாகின்றது. அதனால் மேகங்களைப் பார்த்து அவள் பேசுகின்றாள். நீங்களாவது என் விரகதாபத்தை அவனுக்குச் சொல்லுங்கள் என்று அவள் வேண்டுவதாக இத்திருமொழி அமைந்துள்ளது.

"மின் ஆகத்து எழுகின்ற மேகங்காள்! வேங்கடத்துத்
தன் ஆகத் திருமங்கை, தங்கிய சீர் மார்வற்கு
என் ஆகத்து இளங்கொங்கை, விரும்பித் தாம் நாள்தோறும்
பொன் ஆகம் புல்குதற்கு, என் புரிவுடைமை செப்புமினே."
- (0580)

மின்னலைத் தோற்றுவிக்கும் மேகங்களே! என் இளங் கொங்கைகளை எம்பெருமான் நாளும் விரும்பித் தன் நெஞ்சோடு தழுவ வேண்டும் என்ற ஆசை எனக்கு உள்ளது. இதனைத் திருமேனியில் திருமகளை வைத்திருக்கும், திருமார்பு படைத்த திருமலையின் பெருமானிடம் சென்று சொல்லுங்கள்.

ஒரு பொருளின் மீது விருப்பம் உள்ள சிறார்களைப், பெற்றோர் எவ்வளவு சமாதானப்படுத்தினாலும் அவர்கள் சமாதானம் அடைவதில்லை. விரும்பின பொருளைப் பெறும் வரையிலும் விடாது பிடிவாதம் கொள்வது போல் இவளின் இளங்கொங்கைகளும் எம்பெருமானுடன் அணைய வேண்டும் என்று பிடிவாதம் பிடிக்கின்றன. இவ்வாறு பெரியவாச்சான் பிள்ளை வியாக்கியானம் தருகின்றார்.

"சலம் கொண்டு கிளர்ந்து எழுந்த தண் முகில்காள்! மாவலியை
நிலம் கொண்டான் வேங்கடத்தே, நிரந்து ஏறிப் பொழிவீர்காள்!
உலங்கு உண்ட விளங்கனி போல், உள் மெலியப் புகுந்து, என்னை
நலங் கொண்ட நாரணற்கு, என் நடலை நோய் செப்புமினே."
- (0582)

குளிர்ந்த நீர் கொண்டு மேலே விளங்குகின்ற முகில்களே! நிலத்தைக் கேட்டுப் பெற்றுக் கொண்டவன் இருக்கிற திருமலையில் பொழியும் மேகங்களே! நான் கொசுக்கள் உண்ட விளாம்பழம் போல் உள்ளேன். உள் மெலியும்படி என் உள்ளே

புகுந்து என் நிறையை அழித்த நாராயணனுக்கு என் காதல் துன்பத்தைச் சொல்லுங்கள்.

நிற்பது, இருப்பது, விழுவது, எழுவது எனத் தான் படுகின்ற நோயை ஆண்டாள் நடலை நோய் என்று குறிப்பிடுகின்றாள்.

பிரிவுத் துன்பத்தால் தன் உடல் நிறம் மாறி, வளை கழன்று, மனம் தளர்ந்து, உறக்கம் தொலைந்து, சீர் குலைந்து தவிப்பதை ஆண்டாள் பொருத்தமான உவமை வழிக் கூறுகின்றாள். இதனை 'உலங்குண்ட விளங்கனி போல் உள் மெலிய' என்று இவள் சொல்கின்றாள். விளாம்பழங்களுக்கு உலங்குகளால் (கொசுக்களால்) ஒருவித நோய் ஏற்படும். அப்போது விளாம்பழத்தின் உள்ளே உள்ள பகுதி முழுவதும், இல்லாமல் ஆகியிருக்கும். வெளிப் பார்வைக்கு நல்ல பழம் போல் காட்சியளிக்கும் பழம், உள்ளே சதைப்பகுதி முழுதும் அழிந்து ஒன்றுமே இல்லாமல் காலியாக இருக்கும். அதைப்போல் ஆண்டாள் தன் நெஞ்சத்தை இழந்து, வெளித் தோற்றத்திற்கு அழகிய பெண்ணாகக் காட்சி அளிப்பதைத், தன் சக்தி முழுவதையும் கொள்ளை கொண்ட கண்ணனிடம் கூறும்படி மேகங்களிடம் வேண்டுகின்றாள்.

9. அழகர்மலை அழகன்

முந்தைய திருமொழியில் ஆண்டாள் மேகங்களைத் தூது செல்ல வேண்டினாள். அவை போகாமல் அவள் இருந்த இடத்திலேயே மழையைப் பொழிந்தன. அதனால் இந்த மழைக் காலத்தில் பூத்த மலர்கள் முதலியவற்றை அவள் பார்க்கின்றாள். அவை பெருமானின் திருமேனியையும், திருக்கண்களையும் இவளுக்கு நினைவுபடுத்தின. இவளை மேலும் அவை நலியச் செய்கின்றன. அந்நிலையில் 'சிந்துரச் செம்பொடி' என்ற ஒன்பதாம் திருமொழியை இவள் பாடுகின்றாள்.

"கரு விளை ஒண் மலர்காள்! காயா மலர்காள்! திருமால்
உரு ஒளி காட்டுகின்றீர், எனக்கு உய்
வழக்கு ஒன்று உரையீர்!;
திரு விளையாடு திண் தோள், திருமாலிருஞ் சோலை நம்பி
வரி வளை இல் புகுந்து, வந்திபற்றும் வழக்கு உளதே?"
- (0589)

கருவிளை (காக்கணம்) பூக்களே! காயாம் பூக்களே! நீங்கள் எம்பெருமான் திருமேனியின் நிறத்தை எனக்கு நினைவு படுத்துகின்றீர்கள். அவனை நினைத்து வருந்தும் எனக்குப், பிழைக்கும் வழி ஒன்றைச் சொல்லுங்கள். பெரிய பிராட்டி விளையாடும் திண்ணிய திருத்தோள்களை உடைய அழகர், என் வீட்டினுள் புகுந்து என் அழகிய வளையல்களை வலிந்து கொள்ளை கொண்டு போவது நியாயமோ?

திருமாலிருஞ் சோலையில் மிகுதியாகப் பூத்திருக்கும் கருவிளைப் பூக்களும் காயாம் பூக்களும், கண்ணனின் கரிய திருமேனியை நினைவு படுத்துவதால், தான் வருந்தும் நிலையை இவள் எடுத்துக் கூறுகின்றாள். என் வளையல்களையும் அக்கள்வன் கவர்ந்து சென்று விட்டானே என்று தலைவி வருந்திக் கூறுவதாகப் பாடல் சிறப்பாக அமைந்துள்ளது.

"நாறு நறும் பொழில் மாலிருஞ்சோலை நம்பிக்கு நான்
நூறு தடாவில் வெண்ணெய், வாய் நேர்ந்து பராவி வைத்தேன்;
நூறு தடா நிறைந்த அக்கார அடிசில் சொன்னேன்,
ஏறு திரு உடையான் இன்று வந்து இவை கொள்ளும்
கொலோ?"
- (0592)

மணம் மிகுந்த சோலைகள் நிறைந்து விளங்கும் திருமாலிருஞ்சோலை மலை எம்பிரானுக்கு அடியேன் நூறு மிடாக்களில் நிறைந்த வெண்ணெயை வாயாலே சொல்லிச் சமர்ப்பித்தேன். மேலும் நூறு மிடாக்களில் சர்க்கரைப் பொங்கலும் வாயாலே சமர்ப்பித்தேன். பெருகி வரும் செல்வத்தை உடைய அழகர் இன்று எழுந்தருளி, அவற்றைத் திருவுள்ளம் பற்றுவாரோ?

சோலைமலை அழகனுக்கு ஆண்டாள் அக்கார அடிசில் சமர்ப்பிக்கின்றாள். நூறு தடா வெண்ணெயும், நூறு தடா நிறைந்த அக்கார அடிசிலும் நிவேதனமாகப் படைக்கின்றாள். 'வாய் நேர்ந்து பராவி வைத்தேன்' என்று இவள் கூறுவதால், உள்ளத்தால் நினைத்து, வாயினால் சொல்லிப் படைத்தாள் என்பது விளங்குகின்றது. இதனை மானசீக பூஜை என்றும், வாசிக கைங்கர்யம் என்றும் பெரியோர் குறிப்பிடுகின்றனர்.

தனக்கு அன்புடன் பக்தர்களால் சமர்ப்பிக்கப்படும் எந்தச் சின்னப் பொருளையும், பெரிய அளவினதாக எம்பெருமான் ஏற்றுக் கொள்வான். இருந்தும் ஆண்டாள் ஏன் இத்தனை பெரிய அளவில் படைக்க ஆசைப்படுகின்றாள்? ஆண்டாள் உள்ளத்தால் இப்போது அந்தணர் சிறுமி அல்லள், ஆயர்குலப் பெண். ஆய்ப்பாடியில் ஆநிரைகள் மிகுதியாக இருப்பதால் வெண்ணெயும் நிரம்ப இருக்கும். சோலை மலை அழகனுக்கு இவள் படைக்கும் நூறு தடா வெண்ணெய், ஆயர்பாடி மக்களுக்கு ஒரு குடத்திற்குச் சமமானதாகும். இவ்வாறு பெரியோர் இதற்கு விளக்கம் கூறுகின்றனர். மேலும் அன்பினால் தன் பக்தர் படைக்கும் எந்த ஒரு சிறு பொருளையும், நூறாகக் கொள்ளும் மனம் உடையவன் பரமன் என்பதனாலும் இவள் இப்படிக் கூறுகின்றாள் என்றும் பெரியவர்கள் காரணம் சொல்கின்றார்கள்.

எம்பெருமானார் (இராமானுஜர்) நாச்சியார் திருமொழி காலட்சேபம் நடத்தும் பொழுது இப்பாசுர அளவில் வரும்பொழுது, "ஆண்டாளுடைய எண்ணம் சொல்லளவில் நின்றதே ஒழிய, செயலில் முடிந்ததாக இல்லை; அதனை நாம் தலைக்கட்ட வேண்டும்" என்ற அவர் முடிவு செய்தார். அப்போதே புறப்பட்டு அவர் திருமாலிருஞ்சோலை மலைக்கு எழுந்தருளினார். உடையவர், நூறு தடா நிறைந்த வெண்ணெயும், நூறு தடா நிறைந்த அக்கார அடிசிலும் அழகருக்கு அமுது செய்வித்து அருளினார். அங்கிருந்தவாறே சிரிவில்லிபுத்தூருக்கும் எழுந்தருளி, ஆண்டாளை வணங்கி நின்றார். அப்போது, தன் நினைவறிந்து இவர் ஆற்றிய செயலுக்கு மனமுகந்து, ஆண்டாள் "நம் அண்ணரே" என்று

சொல்லி, அர்ச்சாவதார சமாதியையும் கடந்து ஏழடி நடந்து, உடையவரைத் தழுவிக் கொண்டாள் என்று பெரியவர் பணிப்பர். இது பற்றியே இராமானுஜருக்குக் 'கோயில் அண்ணன்' (கோயில் – திருவரங்கம்) என்ற திருப்பெயரும் ஏற்பட்டது. இது பற்றியே வைணவ உலகம் இவரை ஆண்டாள் வாழித் திருநாமத்தில்,

> *"பெரும் பூதூர் மாமுனிக்குப்*
> *பின்னானாள் வாழியே"*

என்று குறிப்பிட்டு வாழ்த்துகின்றது. இவ்வாறு பேரா. டாக்டர் ந. சுப்பு ரெட்டியார் கூறுகின்றார். (ஆழ்வார்களின் ஆரா அமுது, பக் – 43)

10. கார்க்கோடல் பூக்காள்

தான் உயிரோடு இருக்க வேண்டும் என்ற ஆசையால் முந்தைய திருமொழியில் வண்டு மேகம் முதலியவற்றின் கால்களில் இவள் விழுந்தாள். அது ஒன்றும் பலிக்கவில்லை. கார்காலம் வந்து விட்டது. அப்போது பூத்த பூக்கள் பெருமானின் திருமேனி முதலியவற்றை நினைவுபடுத்தி இவளை மேலும் துன்புறுத்தின. இந்த உணர்வுகளைக் கார்க்கோடல் பூக்காள் என்ற இந்தப் பத்தாம் திருமொழியில் ஆண்டாள் குறிப்பிடுகின்றாள்.

> *"கார்க் கோடல் பூக்காள்! கார்க்கடல் வண்ணன்*
> *என் மேல் உம்மைப்*
> *போர்க் கோலம் செய்து, போர விடுத்தவன் எங்கு உற்றான்?*
> *ஆர்க்கோ இனி நாம் பூசல் இடுவது? அணி துழாய்த்*
> *தார்க்கு ஓடும் நெஞ்சம் தன்னைப் படைக்கவல்லேன், அந்தோ!"*
> *- (0597)*

கறுத்த காந்தள் பூக்களே! உங்களைப் போர் செய்ய ஏற்றவாறு அழகுபடுத்தி, என்மேல் பாயும்படி அனுப்பிய கடல்நிறக் கண்ணன் எங்கே இருக்கின்றான்? உங்களால் துன்புற்ற நான் இனி யாரிடத்தில் போய் முறையிடுவது? அழகிய திருத்துழாய் மாலையை விரும்பி, அவன் பின்

ஓடுகின்ற நெஞ்சை உடையவளாய் இருக்கின்றேன். பெருமானை நான் எங்ஙனம் பெறுவேன்? ஐயோ!

கோடல் பூவைக் காந்தள் பூ என்றும் கூறுவர். கார் காலத்தில் பெருமளவுக்குப் பூக்கும் இவை, காதலரைப் பிரிந்த தலைவியருக்குப் பெருந்துன்பம் விளைவிப்பவை. இக்காந்தள் பூக்களில் கரிய நிறமுடைய பூக்களும் உண்டு. அவை பெருமானின் திருமேனியை இவளுக்கு நினைவுபடுத்தி வதைக்கின்றன. இவற்றை இறைவன் படைத்ததே தன்னைப் பிரிந்து துன்புறும் என்னைத் துன்புறுத்துவதற்காகவே என்று கூறி, உங்களை அனுப்பி என் மீது தாக்குதல் நடத்திய பெருமகன் எங்கே இருக்கின்றான்? என்று ஆற்றாமல் ஆண்டாள் கேட்கின்றாள்.

"உம்மைப் போர்க்கோலம் செய்து போர விடுத்தவன்" என்பதற்கு, இந்திரசித்தைக் கொல்ல இராமன் இலக்குவனை ஆயத்தம் செய்து அனுப்பியது போலத், தன்னை முடிப்பதற்காகக் கார்க்கோடல் பூக்களைக் பெருமான் நிறமூட்டி அனுப்பியுள்ளான் போலும் என்று ஆண்டாள் கூறுவதாகப் பெரியோர்கள் கூறுகின்றார்கள்.

"முல்லைப் பிராட்டி! நீ உன் முறுவல்கள் கொண்டு எம்மை
அல்லல் விளைவியேல்; ஆழி நங்காய் உன் அடைக்கலம்"
- (0600)

முல்லைக் கொடியே! நீ எம்பெருமானின் முறுவலை நினைவு படுத்தி எனக்கு வருத்தத்தை உண்டாக்காதே. உன்னை நான் சரணடைகின்றேன் என்று ஆண்டாள் இரங்கிப் பேசுகின்றாள்.

கோதையின் ஆற்றாமையை இத்திருமொழி முழுக்கக் காணமுடிகின்றது.

11. திருவரங்கத்துச் செல்வனைக் காமுறல்

'தாம் உகக்கும்' என்று தொடங்கும் பதினொன்றாம் திருமொழியில், ஆண்டாள் திருவரங்கனைக் காமுற்றுப் பாடுகின்றாள்.

கண்ணனின் கலவி கிடைக்கப்பெறாத ஆண்டாள் நிலையழிந்தாள். வளைகள் கழன்று வீழ்கின்றன. இரங்கிய தாயரும், தோழியரும் இவளைச் சூழ்ந்திருந்தனர். அவர்களிடம் ஆண்டாள் பேசுவதாக இப்பதிகம் அமைந்துள்ளது. சிசுபாலனிடமிருந்து ருக்மணியைக் காத்தவன் எனக்கு உதவாமல் இருக்கமாட்டான் என்று நம்பிக்கையுடன் ஆண்டாள் பேசுகின்றாள்.

"தாம் உகக்கும் தம் கையில் சங்கமே போலாவோ?
யாம் உகக்கும் எம் கையில், சங்கமும்? ஏந்திழையீர்!
தீ முகத்து நாகணைமேல், சேரும் திருவரங்கர்
ஆ முகத்தை நோக்காரால், அம்மனே! அம்மனே!"

- (0607)

ஆபரணங்களை அணிந்த பெண்களே! நான் விரும்பிக் கையில் அணிந்திருக்கும் சங்கு வளையல், பெருமான் கையில் உகந்து தரித்துக் கொண்டிருக்கின்ற சங்கோடு ஒப்பாகாதோ? கொடிய முகங்களை உடைய பாம்புப் படுக்கையில் பள்ளி கொண்டிருக்கும் திருவரங்கன் என் முகத்தை நோக்க வில்லையே. ஐயோ! அந்தோ!

தலைவனான கண்ணன் தன் கையிலுள்ள சங்கு எப்போதும் கையை விட்டு நீங்காமல் இருக்க வேண்டும் என்று நினைப்பது போல், என் கையிலுள்ள சங்கு (சங்கு வளையல்) எப்போதும் என் கையை விட்டு அகலாது இருக்கவும் அவன் செய்ய வேண்டாமோ? அரவணையில் பள்ளி கொள்ளும் பெருமான் என்னை அணைக்க வராவிட்டாலும், என் கண் காண ஒரு தடவையேனும் காட்சி தரலாகாதோ? இவ்வாறு ஆண்டாள் ஏங்குகின்றாள்.

தலைவனின் பிரிவால் தான் மெலிந்து சங்கு வளையல்கள் பொல பொலவென்று கழன்று விழுவதை இவ்வாறு இவள் குறிப்பிடுகின்றாள்.

"எழில் உடைய அம்மனையீர்! என் அரங்கத்து இன் அமுதர்
குழல் அழகர், வாய் அழகர், கண் அழகர், கொப்பூழில்
எழு கமலப்பூ அழகர், எம்மானார் என்னுடைய
கழல் வளையைத் தாமும் கழல் வளையே ஆக்கினரே"
- (0608)

தமிழின் சிறப்பு மிக்க ழகரத்தால் ஓசை அழகு பெற்ற இப்பாசுரம் புகழ் பெற்றுத் திகழ்கின்றது.

அழகுடைய தாய்மார்களே! திருவரங்கத்தில் எழுந் தருளியுள்ள என் இனிய அமுதர், அழகிய திருக்குழல் கற்றையை உடையவர், அழகிய திருஅதரங்களைக் கொண்ட வர், அழகிய திருக்கண்களைப் பெற்றவர், அழகிய உந்தித் தாமரைப்பூவை உடையவராவார். தலைவரான அழகிய மணவாளர் என்னுடைய கழல்வளை என்று (இடுகுறிப்) பெயர் பெற்ற கைவளையை, அவர் தாம் கழன்றொழிகின்ற வளை என்று காரணப் பெயர் பெற்ற வளையாக ஆக்கிவிட்டாரே!

தன் காதலன் மண்ணில் வாழும் சாதாரண மனிதன் அல்லன், திருவரங்கத்து அமுதன் என்பதை இப்பாசுரத்தில் அறிவிக்கின்றாள்.

மேலும், "மானிடவர்க்கு என்று பேச்சுப்படில் வாழகில்லேன்" *(0508)* என்று ஏற்கனவே கூறிய ஆண்டாள் தன் காதல் தெய்வீகக் காதல் என்பதையும் இங்கு தெரிவிக்கின்றாள்.

"எப்பொருட்கும் நின்று, ஆர்க்கும் எய்தாது,
நான் மறையின்
சொற்பொருளாய் நின்றார், என்
மெய்ப்பொருளும் கொண்டாரே"
- (0612)

பெரிய பெருமாள் எல்லாப் பொருள்களிலும் உள்ளுறைப் பொருளாக நிறைந்து விளங்குபவர், ஒருவருக்கும் அகப்படாமல் இருப்பவர், நான்கு வேதங்களுக்கும் பொருளாய்த் திகழ்பவர் ஆவார். என்னிடமுள்ள பொருள்களை எல்லாம் ஏற்கனவே கொள்ளை கொண்டு போனவர், இப்போது என் மெய்ப்பொருளையும் (உடம்பையும்) கொள்ளை கொண்டு போனாரே!

"என் மெய்ப்பொருளும் கொண்டாரே" அழகிய மண வாளன் என் மெய் அல்லது உடம்பாகிய பொருளையும் கொண்டான் என்று இவள் கூறுகின்றாள். அவன் என் கைப்பொருள்களை எல்லாம் கைக்கொண்ட பின் உடம்பு ஒன்றுதான் எஞ்சியிருந்தது. அதையும் இப்போது கைக்கொண்டு விட்டான் என்கிறாள் ஆண்டாள்.

இதற்கு, என் உண்மைப் பொருளாகிய ஆத்மாவையும் கொள்ளை கொண்டார் என்று பொருள் கொள்வதே பொருத்தமாகும் என்று அறிஞர் பி. ஸ்ரீ செம்பொருள் தருகின்றார். (ஆண்டாள், பக் – 69)

12. கண்ணன் எழுந்தருளியுள்ள இடத்தில் தன்னைக் கொண்டு சேர்க்க வேண்டுதல்

'மற்றிருந்தீர்' என்ற பன்னிரண்டாம் திருமொழியின் கருத்துக்களைக் காண்போம்.

கண்ணன் வரும்வரைப் பொறுத்திருக்க முடியாத வளாகித், தானே சென்று அவன் முகத்தில் விழிப்பதற்குக் காலால் நடந்து செல்லவும் இயலாதவளாகிக் கோதை தவிக்கின்றாள். உறவினர்களைப் பார்த்துக் கண்ணன் உறையும் இடங்களில், இப்போதே தன்னைக் கொண்டு சேர்க்கும்படி இத்திருமொழியில் அவள் வேண்டுகின்றாள்.

"மதுரைப் புறத்து என்னை உய்த்திடுமின்"

- (0617)

"ஆய்ப்பாடிக்கே என்னை உய்த்திடுமின்"

- (0618)

"நந்த கோபாலன் கடைத்தலைக்கே
நள் இருள் கண் என்னை உய்த்திடுமின்"

- (0619)

"யமுனைக் கரைக்கு என்னை உய்த்திடுமின்"

- (0620)

"கோவர்த்தனத்து என்னை உய்த்திடுமின்"

- (0624)

"துவராபதிக்கு என்னை உய்த்திடுமின்"

- (0625)

மதுரை, ஆய்ப்பாடி, நந்தகோபன் திருமாளிகை, யமுனைக் கரை, காளியன் இருந்த பொய்கைக் கரை, கோவர்த்தனம், துவரைப்பதி முதலிய இடங்களை இவள் குறிப்பிட்டு, இவற்றுள் எங்காவது ஓரிடத்தில் தன்னைக் கொண்டு போய்ச் சேர்க்கும்படி வேண்டுகின்றாள்.

13. கண்ணன் என்னும் கருந்தெய்வம்

கண்ணன் உறையும் வடமதுரை முதலிய இடங்களுக்குத் தன்னைக் கொண்டு சேர்க்கும்படி முந்தைய திருமொழியில் கோதை வேண்டினாள். இவளை அங்குக் கொண்டு செல்வது அரிது என்று அவர்கள் தயங்கிக் கூறினார்கள். என் உயிர்த் தரித்திருக்க வேண்டுமெனில் அவன் திருமேனியோடு தொடர்புடைய ஏதாவது ஒன்றைக் கொண்டு வந்து. அதற்கு என்னோடு தொடர்பு உண்டாக்கி, என் உயிர் போகாமல் காப்பாற்ற முயற்சி செய்யுங்கள் என்று இந்தப் பதிமூன்றாம் திருமொழியில் இவள் கூறுகின்றாள்.

"கண்ணன் என்னும் கருந்தெய்வம் காட்சிப் பழகிக் கிடப்பேனைப்
புண்ணில் புளிப் பெய்தாற் போலப் புறம் நின்று அழகு பேசாதே,
பெண்ணின் வருத்தம் அறியாத, பெருமான் அரையில் பீதக
வண்ண ஆடை கொண்டு, என்னை வாட்டம் தணிய வீசீரே"

- (0627)

அன்னையரே! கண்ணன் என்கிற கரிய கடவுள் காட்சியில் பழகிக் கிடக்கின்ற என்னைப் பற்றி நீங்கள் வேறாக நின்று கொண்டு, புண்ணில் புளிச்சாற்றைப் பெய்வது போல், புறம் பேசுகிறீர்கள். பெண் பிறந்தாருடைய வருத்தத்தை அறியாத கண்ணனுடைய திருவரையில் சாத்திய பீதாம்பரத்தைக் கொண்டு வந்து, என் காதல் நோய் (விரக தாபம்) தணியும்படி என் மேல் வீசுங்கள். அது போதும்.

'பெண்ணின் வருத்தம் அறியாத பெருமான்' என்று கண்ணனை இவள் குறிப்பிடுகின்றாள். "முலை எழுந்தார் நிலை, மோவாய் எழுந்தார்க்குத் தெரியாதே" என்று இதற்குப் பெரியோர் விளக்கம் கூறுகின்றனர். பருவம் அடைந்த இளம் பெண்களின் நிலை, மீசை முளைத்த ஆண்களுக்குப் புரியாது என்பது இதன் பொருளாகும்.

கண்ணன் தோள் மேல் அணியும் உத்தரியத்தை விட, அரையில் அணியும் பீதாம்பரத்தில்தான் வியர்வை மணம் அதிகம் இருக்கும் என்பதனால்தான் கண்ணனின் அரை ஆடையைக் கேட்டாள் என்றும் காரணம் கூறுகின்றனர்.

"அழிலும் தொழிலும் உருக்காட்டான்;
அஞ்சேல் என்னான்; அவன் ஒருவன்,
தழுவி முழுசிப் புகுந்து என்னைச்
சுற்றிச் சுழன்று போகானால்
தழையின் பொழில்வாய் நிரைப் பின்னே,
நெடுமால் ஊதி வருகின்ற
குழலின் தொளைவாய் நீர் கொண்டு,
குளிர முகத்துத் தடவீரே"

- (0631)

கண்ணன் அழுதாலும் தொழுதாலும் தன் வடிவைக் காட்டவில்லை. அஞ்சாதே என்று ஒரு சொல் கூடச் சொல்லவில்லை. அவன் ஒரு பெருந்தகை. இங்கே வந்து என்னை நெருக்கி அணைத்து உள்ளும் புறமும் சூழ்ந்து, போகாமலும் இருக்கின்றான். ஐயோ! பீலிக் குடையாம் சோலையின் கீழே பசுக் கூட்டங்களின் பின் கண்ணன் ஊதிக்

கொண்டு வரும் புல்லாங்குழலின் துளைகளில் உண்டாகின்ற நீரைக் கொண்டு வந்து, என் முகத்திலே குளிர்ச்சியாகத் தெளியுங்கள்.

காதல் முறுகிய நிலையில், விரகதாபத்தின் மிகுதியால், துடிக்கும் ஆண்டாள், கண்ணனின் திருவாயின் எச்சில் நீரையாவது கொண்டு வந்து தன் மேல் தடவுமாறு கதறுகின்றாள்.

14. விருந்தாவனத்தே கண்டோமே

'பட்டி மேய்ந்து' என்று தொடங்கும் பதினான்காம் திருமொழியோடு நாச்சியார் திருமொழி நிறைவு பெறுகின்றது.

'தையொரு திங்களும்' என்று தன் பிரபந்தத்தை ஆரம்பித்த ஆண்டாள், தான் படும் வேதனைகளை எல்லாம் 133 பாசுரங்களில் கூறினாள். இந்த வருத்தம் எல்லாம் தீரும்படிக் கண்ணன் வந்து சேவை சாதித்து அருளியதை, இத்திருமொழியில் கோதை அழகாகக் கூறுகின்றாள். ஆண்டாள் தான் பெற்ற பெரும் பேற்றை நேராகச் சொல்லாமல் கண்ணனைக் கண்டதுண்டோ என்று கேட்பாரும், ஆம் கண்டோம் என்று விடை அளிப்பவருமாக உரையாடல் முறையில், தனக்கே உரிய பாணியில் இப்பதிகத்தை அமைத்துள்ளாள்.

ஆண்டாளின் வருத்தமெல்லாம் தீரும்படிக் கண்ணன் பிருந்தாவனத்தில் அவளுக்குக் காட்சி அளித்தான். அந்த இனிய அனுபவத்தை இந்த இறுதித் திருமொழியில் ஆண்டாள் கூறித் தலைக்கட்டுகின்றாள்.

"என் அவா அறச் சூழ்ந்தாயே" *(10:10:10)* என்று நம்மாழ்வார் திருவாய்மொழியை நிறைவு செய்யும் போது, தான் பெற்ற பேற்றைக் கூறுகின்றார். அதைப் போல் ஆண்டாளும், தான் பெற்ற ஒப்பற்ற பேற்றைச் சொல்கின்றாள்.

ஆண்டாள் தான் நேருக்கு நேர் கண்ணனைக் கண்டதைச் சொல்லாமல், அவனைத் தேடிச் செல்வதாகவும்,

கண்ணில் கண்டவர்களிடம் அவனைக் கண்டதுண்டோ என்று கேட்பதாகவும், அவர்கள் அவனைக் கண்டதுண்டு என்று விடை அளிப்பதாகவும் நாடகப் பாணியில் இப்பதிகத்தை அமைத்துள்ளாள்.

கேள்வி கேட்பவளும் ஆண்டாள்தான், பதில் கூறுபவளும் அவள்தான். இருவேறு பாத்திரங்களாகி அவள் கண்ணனை அனுபவிக்கின்றாள்.

கண்ணனின் பல்வேறு திருவிளையாடல்களுக்கும் நிலைக்களனாக விளங்கிய இடம் பிருந்தாவனம்தான். அதனால் இப்பதிகம் முழுக்க பிருந்தாவனத்தில் அவனைக் கண்டோம் என்று கண்டவர்கள் விடை கூறுவதாகக் கோதை அமைத்துள்ளாள் எனலாம்.

"மாலாய் பிறந்த நம்பியை, மாலே செய்யும் மணாளனை
ஏலாப் பொய்கள் உரைப்பானை, இங்கே போதக் கண்டீரே?
மேலால் பரந்த வெயில் காப்பான்,
வினதை சிறுவன் சிறகு என்னும்
மேலாப்பின் கீழ் வருவானை, விருந்தாவனத்தே கண்டோமே."
-(0639)

அன்பே, ஒரு வடிவாகப் பிறந்தது என்னும்படியாக உள்ளவனைக் குணக்கடலாய், அன்பே செய்கின்ற மணவாளப் பிள்ளையாய்ப், பொருந்தாத பொய்களைச் சொல்லும் கண்ணனை இங்கே வரப் பார்த்தீர்களா? இவ்வாறு கோதை வினவுகின்றாள்.

மேல் பரவிய வெயிலைத் திருமேனியில் படாமல் தடுப்பதற்காகக், கருடனுடைய சிறகாகிய மேற்கட்டியின் கீழ் எழுந்தருளி இருப்பவனைப் பிருந்தாவனத்தே கண்டோம். இப்படிக் கண்டவர்கள் விடை கூறுகின்றார்கள்.

எதிரே வந்தவர்களிடம் கண்ணனைக் கண்டீர்களா என்று இவள் கேட்டாள். அவர்கள் அவனின் அடையாளங்களை வினவினார்கள். அதற்கு அவள், அவன் அன்பே வடிவானவன், ஆனால் பொய்களைப் பேசுவதில் வல்லவன்,

அதிலும் பொருந்தாத பொய்களைச் சொல்வதில் மிகவும் கெட்டிக்காரன் என்கிறாள். கருடனின் நிழலின் கீழ்க் கம்பீரமாக வரும் கண்ணனைப் பிருந்தாவனத்தில் கண்டோம் என்று அவர்கள் கூறுகின்றார்கள்.

> *"வெளிய சங்கு ஒன்று உடையானைப், பீதக ஆடை உடையானை*
> *அளி நன்கு உடைய திருமாலை, ஆழியானைக் கண்டீரே?*
> *களிவண்டு எங்கும் கலந்தாற் போல்,*
> *கமழ் பூங்குழல்கள் தடந்தோள் மேல்*
> *மிளிர நின்று விளையாட விருந்தாவனத்தே கண்டோமே."*
> *- (0644)*

வெளுத்த வலம்புரியைக் கொண்டவனாய்ப், பொன்னாடையை உடுத்தியவனாய், அருள் மிக்கவனாய், திருவாழியை உடையவனாய், விளங்கும் கண்ணனைக் கண்டீரோ? இவ்வாறு ஆண்டாள் கேட்கின்றாள்.

தேனுண்டதால் களித்துள்ள வண்டுகள் எப்புறத்திலும் பரப்பினாற் போல் பறக்க, மணக்கின்ற அழகிய சுருண்ட திருக்குழல் பெரிய திருத்தோள்களின் மேலே தாழ்ந்து விளங்க, நின்று விளையாடுபவனைப் பிருந்தாவனத்தில் நாங்கள் கண்டோம். இப்படிக் கண்டவர்கள் விடை கூறுகின்றார்கள்.

தன் தலைவன் ஆழிச்சக்கரத்தை உடைய திருமால்தான் என்பதை இத்திருமொழியில் பல இடங்களில் ஆண்டாள் கூறுகின்றாள். நாராயணப் பக்தியைத் தமிழகத்தில் பரப்புவதுதானே அவளின் நோக்கம்.

இறுதிப் பாசுரம்

நாச்சியார் திருமொழியின் கடைசிப் பாசுரத்தைப், பாடியவரின் பெயர், படித்தால் பெறும் பயன் முதலியவற்றைச் சொல்லும் பயன்கூறும் பாசுரமாக ஆண்டாள் அமைத்துள்ளாள்.

"பருந்தாள் களிற்றுக்கு அருள்செய்த, பரமன் தன்னைப் பாரின் மேல்
விருந்தாவனத்தே கண்டமை, விட்டுச் சித்தன் கோதை சொல்
மருந்தாம் என்று தம் மனத்தே, வைத்துக் கொண்டு வாழ்வார்கள்
பெருந்தாள் உடைய பிரான் அடிக்கீழ்ப் பிரியாது என்றும் இருப்பாரே"
- (0646)

பெரிய கால்களை உடைய கஜேந்திரனுக்கு இரக்கம் காட்டி அருள் செய்த திருமாலை, பிருந்தாவனததிலே சேவிக்கப் பெற்றமை பற்றி விஷ்ணு சித்தரின் மகளான கோதை அருளிச் செய்த இப்பாசுரங்களைப், பிறவி நோய்க்கு மருந்தாகக் கொண்டு வாழ்பவர்கள், எம்பெருமானின் திருவடிகளின் கீழ், எந்நாளும் பிரியாமல் இருந்து இன்பம் பெறுவார்கள். இவ்வாறு ஆண்டாள் நிறைவு செய்கின்றாள்.

நாச்சியார் திருமொழிப் பாசுரங்களை மனம் ஒன்றி அனுசந்திப்பவர்கள், எம்பெருமானின் இணையடிகளின் கீழ், அவனைப் பிரியாமல் எப்போதும் வாழ்வார்கள் என்று உறுதி கூறி ஆண்டாள் தலைக்கட்டுகின்றாள்.

"அனங்கதேவா... வேங்கடவற்கு என்னை விதிக்கிறறியே" என்று நாச்சியார் திருமொழியின் முதல் பாசுரத்தில் *(0504)* ஆண்டாள் கூறுகின்றாள். அதைப் பெற்ற மகிழ்வில் கோதை நிறைவு செய்கின்றாள். அழகான பாசுரங்களையும், ஆழமான உணர்வுகளையும் கொண்டதாக இப்பிரபந்தம் நின்று வாழ்கின்றது.

★★★

www.ingramcontent.com/pod-product-compliance
Lightning Source LLC
LaVergne TN
LVHW100556051026
849519LV00003B/983
* 9 7 8 9 3 8 7 6 5 5 2 4 9 *